கொலைக் களம்

சிறுகதை தொகுப்பு

கா. தாஸ்

Made with ♥ on the Notion Press Platform
www.notionpress.com

பொருளடக்கம்

1. கொலைக் களம் 1

2. மழைச்சாமி 7

3. நீள்வட்ட சுற்றுப் பாதை 16

4. ஓவியம் 29

5. புத்தகம் 37

6. எங்கே செல்லும் இந்தப் பாதை? 42

7. பேஷண்ட் ‘வத்சலா’ 51

8. சுடாத சூரியன் 77

Stck.me Page 97

இந்தக் கதைகளில் வரும் பெயர்கள் பாத்திரங்கள் இடங்கள் சம்பவங்கள் அனைத்தும் முழுக்க முழுக்க கற்பனையே. யாரையும் எதையும் குறிப்பிடுவன அல்ல.

1

கொலைக் களம்

"டேய், டேய், டேய், வேணாம்டா....ப்ளீஸ்டா... சொன்னாக் கேளுடா..."

கெஞ்சலும், கோபமும், அழுகையும், கையாலாகாத்தனமும் கலந்து ஒலித்தது அமுதாவின் குரல்.

"போக்கா....உனக்கு வேற வேலை இல்ல...இதப் பத்திப் பேசாதன்னு எத்தன தடவ சொல்லியிருக்கேன்... முடிஞ்சு போன விஷயம்... இன்னும் அதையே பிடிச்சு தொங்கிகிட்டு இருக்க...."

எந்தக் கலவையும் இல்லாமல் எரிச்சல் மட்டுமே மொத்தம் சேர்ந்து பதிலாய் தெறித்தது அவள் தம்பி வாசுவின் வார்த்தைகளில்.

"இன்னும் ரெஜிஸ்டிரேஷன் ஆகலைலடா... இன்னும் டைம் இருக்குடா...ப்ளீஸ்டா...கொஞ்சம் யோசிடா..."

மீண்டும் அமுதாவின் கெஞ்சல்.

"நல்லா யோசிச்சுத்தான் நான் முடிவு பண்ணியிருக்கேன்... பன்னெண்டு வருஷமா சொல்லிட்டு இருக்கேன்... அப்பாவும் அம்மாவும் இருந்தப்போ இந்தப் பேச்சையே எடுக்க விடல. அப்பா போனப்புறம் அம்மா அதுக்கு மேல...என்னவோ அவங்க உசுரே அதுல தான் இருந்த மாதிரி அதைப்பத்தி பேசறதா இருந்தா வீட்டுக்கே வராதன்னு சொல்லிட்டாங்க...பெத்த மகன்னு கூடப் பாக்காம... நானும் பொறுத்துக்கிட்டேன் எப்பிடியும் என் கைக்கு ஒரு நாள் வரத்தான போகுதுன்னு...இத்தனை வருஷமா யோசிக்காதது இப்ப என்ன யோசிக்க சொல்லற? யோசிச்சு யோசிச்சு தான இப்ப அத செயல்படுத்திட்டு இருக்கேன்..." என்றான் சள்ளையான தொனியில்.

கிட்டத்தட்ட நான்கு மாதங்களாய் இந்த விவாதம் நடந்துகொண்டிருக்கிறது இருவருக்கும் இடையில்.

இவர்களுடைய கொள்ளுத்தாத்தா அந்த காலத்தின் ஏதோ ஒரு சிற்றூரின் ஜமீன். அவர் சேர்த்து வைத்த ஏராளமான சொத்துக்களில் ஒன்று அந்த மாந்தோப்பு. இவர்களின் தாத்தா மற்ற சொத்துக்களில் உள்ள அவரின் பங்கினை அவரது மற்ற இரண்டு சகோதரர்களுக்கும் விட்டுக்கொடுத்துவிட்டு அந்த மாந்தோப்பை மட்டும் மொத்தமாக எடுத்துக்கொண்டார். அவரது இரண்டு மகன்களையும், இவர்களின் அப்பா மற்றும் பெரியப்பா, படிக்க வைத்து அரசு வேலையில் அமர்த்தி, திருமணம் செய்து வைத்து...அனைத்தும் அந்த மாந்தோப்பின் வருமானத்தில் தான். வந்த வருவாயில் இரண்டு மகன்களுக்கும் இரண்டு வீடுகளையும் கட்டிக்கொடுத்து விட்டார். ஆனால் அவரும் பாட்டியும் வசித்தது மாந்தோப்பில் இருந்த ஒரு சிறிய ஓட்டு வீட்டில் தான். இறப்பதற்கு முன் இரண்டு மகன்களுக்கும் மாந்தோப்பை சரிசமமாகப் பிரித்து உயில் எழுதி வைத்துவிட்டார் - ஓட்டு வீடு இருக்கும் பகுதி பெரிய மகனுக்கும் மற்ற பகுதி சிறியவனுக்கும் என்று.

உயில்களின் நகல்கள் இருவரிடமும் இருந்த போதும் மாந்தோப்பை சகோதரர்கள் இருவரும் பிரிக்கவில்லை. அது ஒரே தோப்பாகவே பராமரிக்கப்பட்டு ஒரே தோப்பாகவே குத்தகைக்கும் விடப்பட்டது. குத்தகைப் பணம் மூன்று பங்காகப் பிரிக்கப்பட்டு அண்ணன் தம்பிக்கு ஒவ்வொரு பங்கும் மூன்றாவது பங்கு தோப்பைப் பராமரிப்பதற்கென்றும் ஒதுக்கப்பட்டு வந்தது.

இவர்களின் பெரியப்பா அரசு பணியில் இருந்து ஓய்வு பெற்றதும் நேரே மாந்தோப்பின் ஓட்டு வீட்டிற்குக் குடிபெயர்ந்துவிட்டார். அவருக்குப் பிள்ளைகள் இல்லாததால் யாருக்கும் எந்த பதிலும் சொல்லத் தேவையின்றி, பெரியப்பாவும் பெரியம்மாவும் அந்த ஓட்டு வீட்டை சிறிது திருத்திக் கட்டி சத்தமில்லாமல் சந்தோஷமாய் குடியமர்ந்துவிட்டார்கள்.

குத்தகை ஏற்பாடு அப்படியே தொடர்ந்தது. நினைவு தெரிந்த நாள் முதல் அக்காவும் தம்பியும் ஓடி விளையாடிய தோப்பு அது. அமுதாவிற்குத் திருமணம் ஆனா போதும், வாசு வேலை நிமித்தம் அமெரிக்கா சென்ற போதும் தோப்பு தோப்பாகவே இருந்தது. அது சொத்தாக மாறியது வாசு திருமணம் முடித்து இருவருக்கும் கிரீன் கார்டு கிடைத்து அமெரிக்காவிலேயே நிரந்தரமாக இருந்துவிடவேண்டுமென்ற எண்ணத்-

தில் அங்கே வீடு வாங்கவேண்டுமென்ற முடிவு வாசுவாலும் அவன் மனைவி பானுமதியாலும் எடுக்கப்பட்டபோதுதான்.

அன்றிலிருந்து அந்தத் தோப்பை விற்க முயற்சித்துக்கொண்டிருக்கி-றான். பெற்றவர்கள் இருந்தவரை அது முடியவில்லை. இதோ இப்போது அம்மாவின் காரியங்கள் முடிந்த கையோடு அதற்கான வேலைகள் ஆரம்பிக்கப்பட்டு கிட்டத்தட்ட முடியும் தறுவாயிலும் அமுதா கெஞ்சிக்-கொண்டிருக்கிறாள்.

பொங்கும் கண்ணீரை மறைப்பதற்கு எழுந்து சமையலறைக்குள் சென்றாள் அமுதா.

சற்று நேரத்தில் பின்னால் வாசு வந்து நிற்பது அவளுக்குத் தெரிந்-தது.

"அக்கா... ப்ளீஸ்... புரிஞ்சுக்கோ... அங்க நான் டாலர்ல இ.எம்.ஐ கட்டிட்டு இருக்கேன் வாங்குன வீட்டுக்கு. அங்கேயும் எகனாமிக் சிச்சு-வேஷன் முன்ன மாதிரி இல்ல. எந்நேரம் என்ன ஆகும்ன்னு தெரியல. இந்த அமௌன்ட் வந்தா நான் அங்க மொத்தமா வீட்டுக் கடன அடச்-சுட்டு மிச்சத்தைப் பசங்க பேர்ல இன்வெஸ்ட் பண்ணி வச்சுரலாம். அவங்க எதிர்காலம் கொஞ்சமாவது சேஃபா இருக்கும். என் இடத்துல நீ இருந்தா நீயும் இததானக்கா செய்வ...?" என்றான் அவளை சமாதா-னப்படுத்தும் முயற்சியாக.

என்ன ஆனாலும் அவனின் ஒரே உடன்பிறப்பு. சிறு வயதிலிருந்து பாசத்துடன் வளர்ந்தவர்கள். எதிலும் அவர்களிடையே சண்டை என்று வந்ததில்லை - இதைத் தவிர.

அமுதா அமைதியாகவே இருந்தாள். வாசு சொன்ன ஒரு வார்த்தை அவளை யோசிக்க வைத்தது - அவன் இடத்தில் அவள் இருந்தால் அவளும் அதைத்தான் செய்திருப்பாளோ? அப்படி ஒரு நிலை வந்-துவிடக்கூடாது என்பதற்காகவே அமுதா வந்த வெளிநாட்டு வரன்கள் அனைத்தையும் நிராகரித்தாள். அவளும் எம்.டெக் பட்டதாரி என்ற போதும் கார்ப்பரேட் வேலைகள் எதையும் அணுகாமல் கல்லூரியில் விரிவுரையாளராக சேர்ந்தாள். வந்த வரன்களில் 'வேலை - சுயதொழில்' என்று இருந்த பரசுராமைத் தேர்ந்தெடுத்தாள். இரண்டு மகள்களோடு இன்று வரை வாழ்க்கையில் எந்த முகச்சுளிப்பும் இன்றி அமைதியாய் வாழ்ந்துகொண்டிருக்கிறாள்.

ஒரு வேளை அவளுக்கும் இப்படிப்பட்ட ஒரு தேவை என்று வந்தால் அவளும் இப்படிப்பட்ட ஒரு முடிவைத்தான் எடுக்க வேண்டியதாய் இருந்திருக்குமோ?

அமுதாவிற்கு வாசு தோப்பை விற்பது கூட அவ்வளவு வருத்தமில்லை - தோப்பை தோப்பாகவே அவன் விற்றிருந்தால். அவளே கூட அதை வாங்கியிருப்பாள் - வங்கிக்கடன் வாங்கியாவது. ஆனால் அவன் பங்கான பதினேழரை ஏக்கர் தோப்பு தோப்பாக விற்கப்பட்டால் வரும் தொகை அவனுடைய தேவைகளுக்குப் போதுமானதாக இல்லை. ரூபாயிலிருந்து டாலருக்கு மாற்றினால் பற்றாக்குறை தானே. அதனால் தான் அவன் தோப்பை ஒரு ரியல் எஸ்டேட் நிறுவனத்திடம் விற்கப் போகிறான். அவர்கள் கொடுக்க சம்மதித்திருக்கும் தொகை பல பத்து கோடிகள் - டாலரில் மாற்றினால் சில இலட்சங்களாவது தேறும். அவன் தேவை அதுதானே. அது போக அவர்கள் அங்கே கட்டும் குடியிருப்புகளில் நான்கு இவன் பெயரில் பதிவு செய்யப்படும். அவற்றை அவன் வாடகைக்கு விடவோ, பின்னாளில் விற்கவோ, எது வேண்டுமானாலும் செய்து கொள்ளலாம்.

எப்படிப் பார்த்தாலும் யாரைக் கேட்டாலும் வாசுவின் முடிவில் நியாயமிருப்பதாகத்தான் சொல்வார்கள். ஆனால் அமுதாவால் கடைசிவரை அவன் முடிவை ஏற்றுக்கொள்ள முடியவில்லை. அதன் பின் அவளால் அவனிடம் முகம் கொடுத்துப் பேசவும் முடியவில்லை. பத்திரப் பதிவு முடிந்து கடைசி தொகையும் கைக்கு வந்து எல்லா வேலைகளும் முடித்து, திரும்ப அமெரிக்கா கிளம்பும் முன் விடைபெற்றுப் போக வந்த வாசுவிடம், "நல்லா இரு", என்ற வார்த்தைகளைத் தவிர வேறு எதுவும் அவளால் பேச முடியவில்லை.

மாதங்கள் சில கழித்து இவள் பங்கு தோப்பைக் குத்தகைக்கு எடுத்திருந்த பங்கஜத்தம்மாள் இவர்களுக்கு வழக்கமாய் கொடுக்கும் பழங்களைக் கொண்டுவந்தபோது, "பாக்கச் சகிக்கலையே, தாயீ. தள தளன்னு பூவும் பிஞ்சும் காயுமா இந்நேரம் அத்தனையும் காச்சுத் தொங்குமே...வெட்டி சாய்ச்சு, பிள்ளைங்களா வளத்த மரமெல்லாம் இப்ப மூளியா கெடக்குதே...", என்று புலம்பியவரை அவள் கண்களில் இருந்து வடிந்த கண்ணீர் மௌனமாக்கியது.

இரண்டு நாள் கழித்து இரவு உணவு முடிக்கும் நேரத்தில் பரசுராமனுக்கு வாசுவிடமிருந்து போன் வந்தது.

"சொல்லு, வாசு. எல்லாரும் எப்பிடி இருக்கீங்க? பிள்ளைங்க நல்லா இருக்காங்களா?"

நீண்ட நேரம் மறு பக்கம் பேச்சைக் கேட்ட பின், "சரி, வாசு. பார்க்கறேன்", என்றபடி அலைபேசியை அணைத்தான் பரசுராமன்.

அமுதா எதுவும் கேட்கமாட்டாள் என்று புரிந்து, "பழம் வேணுமாம். அனுப்பி வைக்க சொல்லறான்", என்றான்.

அமுதாவிடமிருந்து எந்த பதிலும் வராததால், "அனுப்பவா?" என்று கேட்டான்.

"உங்க இஷ்டம்", என்றபடி போய்விட்டாள் அமுதா.

பழங்களை அனுப்ப பரசுராமனுக்கு இஷ்டமில்லையென்றாலும் வாசுவின் பிள்ளைகளுக்காக ஒரு பெட்டி பங்கனப்பள்ளியும் ஒரு பெட்டி இமாம் பசந்தும் அனுப்பி வைத்தான்.

ஒரு வாரம் கழித்து, "Fruits received. Thanks" என்று ஒரு குறுஞ்செய்தி வந்தது வாசுவிடமிருந்து.

பெட்டிகளை காரிலிருந்துத் தூக்கிச் செல்ல அமெரிக்காவில் வாசு-வின் பிள்ளைகள் உதவினார்கள்.

"ஓ! வந்துருச்சா? அப்பிடியே கிச்சன்ல வச்சுருங்க. ஃபைவ் மினிட்ஸ்ல கட் பண்ணி எடுத்துட்டு வரேன். எனக்கே ஆசையா இருக்கு. எதுவும் இந்த டேஸ்ட் வரல", என்றபடி பானுமதி கிண்ணங்-களை எடுத்தாள்.

"Come, let's wait by the pool. எவ்வளவு டேஸ்ட் தெரியுமா இந்த பழம்? உங்க தாத்தாவோட தாத்தா தோப்பு. நாங்க சின்ன வயசில அங்க தான் விளையாடுவோம்", என்று வாசு சொல்ல -

"Dad, enough of your past. Boring. Just get the fruits", என்றபடி பிள்ளைகள் ஓடினர்.

நீச்சல் குளத்தை ஒட்டி நாற்காலிகள் போட்டு, ஒரு சிறிய மேசை-யையும் நடுவில் வைத்துத் தயாராய் ஆன பின்னும் பானுமதி பழங்களை எடுத்து வரவில்லை.

"Dad, please go and see what's taking Mom so long. அவங்களே எல்லாத்தையும் சாப்பிட்டிட போறாங்க..." என்ற பிள்ளைக-ளிடம், "செஞ்சாலும் செய்வா, they are that delicious", என்றபடி வாசு கிச்சனுக்குப் போனான்.

"பானு, என்ன ஆச்சு? இவ்வளவு நேரமா ரெண்டு பழம் வெட்ட?" என்று கேட்டுக்கொண்டே வந்த வாசு, பானுமதி பதில் பேசாமல் உறைந்து நிற்பதைப் பார்த்து அவள் கண்கள் வெறிக்கும் இடத்தைப் பார்த்தான்.

உணவு மேசையின் தட்டில் இருந்த வெட்டப்பட்ட மாம்பழத்திலிருந்து இரத்தம் வடிந்துகொண்டிருந்தது.

2

மழைச்சாமி

இராமநாதபுர மாவட்டத்தின் ஒரு வறண்ட கிராமத்தின் ஒரு காய்ந்த பகல் பொழுதில், பிரசவித்த களைப்பில் ஒரு தாயும், பிறந்த களைப்பில் ஒரு ஆண் சிசுவும் உறங்க ஆரம்பித்தனர்.

மழை பெய்யத் தொடங்கியது.

'என் மவன் பொறந்த நேரம் நல்ல நேரமய்யா', என பிள்ளையைப் பெற்றவனும், 'மூணுக்கப்புறம் இதாவது பையனாப் பொறந்ததே', என பெற்றவளின் மாமியார்க்கிழவியும் சந்தோஷித்தனர்.

அதன் பின் அந்தக் கிராமத்தில் தினமும் மழை பெய்தது. நாள் தவறாமல், வாரம் தவறாமல், மாதம் தவறாமல், வருடம் தவறாமல் நான்கு வருடங்களாய் சத்தமில்லாமல், சலனமில்லாமல், அமைதியாய், அளவாய், நிச்சயமாய் இரவிலும், எப்போதேனும் பகலிலும் பெய்தது.

சட்டென அந்தக் கிராமம் செழித்துப்போனது. அவன் பிறந்த நேரம் என அந்தக் கிராமம் அவனைக் கொண்டாடியது. அவனுக்கென வைத்த பெயர் மறந்து, 'யப்பா, சாமி, அப்பு', என அடைமொழி சொல்லியே அவன் அழைக்கப்பட்டான்.

நான்கு வயதாகியும் வாய் திறந்து வார்த்தை பேசாததால் அவனை அழைத்துக்கொண்டு மதுரை மீனாட்சி அம்மன் கோவிலுக்கு வேண்டிக்கொள்ளச் சென்றாள் அவனைப் பெற்றவள்.

அன்று அந்தக் கிராமத்தில் மழை பெய்யவில்லை. மதுரையில் பெய்தது.

'என்னய்யா, உன் மவன் மழையையும் கூடவே கூட்டிட்டுப் போய்ட்டான் போலருக்கு', என பெற்றவன் செல்லமாகக் கேலி பேசப்பட்டான்.

இரு தினங்கள் கழித்து அவர்கள் திரும்பியதும் மறுபடியும் மழை பெய்யத்தொடங்கியது.

பெற்றவளின் வேண்டுதல் நிறைவேறவில்லை.

மகளையும் பேரப்பிள்ளைகளையும் பார்த்துப்போக வந்த பெரியவர் மருமகனிடம், 'ஏய்யா, உன் மவன் மழையை சீலப்பைல முடிஞ்சு இடுப்புல சொருகி வச்சிருக்கானாம்ல. கொஞ்சம் எங்கூரு பக்கம் அவன அனுப்பி வையேன், சாமி', என்று கூற, 'அதென்னவோ தெரியாது, மாமா. ஆனா அவன் பொறந்த நேரம் நல்ல நேரம். ராசியான பையன். வேணுமின்னா நாலு நாளைக்கு எல்லாரையும் கூட்டிப் போங்க', என ஐவரும் அனுப்பிவைக்கப்பட்டனர்.

பல வாரங்கள் கழித்து, 'யப்பா, ஒரு போகம் நல்ல அறுப்பு எடுத்தோம்யா உன் மவன் புண்ணியத்துல', என்றபடி ஐவரும் கொண்டு வந்து விடப்பட்டனர்.

அந்த ஒரு மாதமும் இங்கே மழை பெய்யவில்லை.

வாய் மொழிப் பேச்சாய் அவன் சட்டென சுற்று வட்டாரத்தில் பிரபலமாய் போனான். மழை வேண்டுபவர்கள் அவனை பெற்றவனிடம் வந்து வேண்டி அவனை அழைத்துச் சென்றனர். உடன் அவன் தாயும் சென்றாள்.

'மழைச்சாமி வருது', என அவன் போகும் ஊர்களில் அவனை வணங்க ஆரம்பித்தனர்.

ஒரு ஊரில், எல்லையில் அவனை நிற்க வைத்து பூஜை செய்யத் தொடங்க, சட்டெனத் திரும்பி ஓடிப்போனான். பதறிப் போய் அந்த ஊர் மனிதர்கள் அவன் பின்னால் ஓடியும் அவனைப் பிடிக்க முடியவில்லை. காணாமலே போனான்.

அவன் வீடும் கிராமமும் மருண்டுவிட்டது. நாலாபக்கமும் ஆட்கள் அனுப்பப்பட்டனர். அவன் கிடைக்கவில்லை.

அதன் பின் அந்தக் கிராமத்தில் தினமும் மழை பெய்யவில்லை. எப்போதாவது பெய்யும் போது, 'மழைச்சாமி பக்கத்துல இருக்கான் போல', என்று பேசிக்கொண்டனர்.

பன்னிரெண்டு வருடங்கள் கழித்து ஒரு நாள் அவன் திரும்பி வந்தான். நேரே தன் வீட்டிற்குச் சென்று, கதவைத் தட்டி உள்ளே சென்று

அலுமினியத் தட்டெடுத்து விறகடுப்பின் முன் அமர்ந்தான். அடையாளம் கண்டுகொண்ட அவன் தாய் அழுதுகொண்டே அவனுக்கு தட்டில் பழைய சாதம் இட்டாள்.

தினமும் மழை பெய்யத் தொடங்கியது அந்தக் கிராமத்தில்.

அவன் திரும்பி வந்த செய்தி காட்டுத்தீயாய் பரவ, சனங்கள் அவனைக் காணக் குவியத் தொடங்கினர்.

'பூஜ புனஸ்காரமெல்லாம் எதும் செய்யமாட்டோம்யா. நாலு வருசமா பொட்டு மழையில்லை சாமி. கொஞ்சம் வந்துட்டுப் போங்கய்யா', என வேண்டத்தொடங்கினர்.

சில சமயங்களில் இந்த வேண்டல்களுக்கு இணங்கினான். வேண்டியவர்களுடன் சென்று அவர்கள் ஊரில் சில தினங்கள் தங்கி வந்தான்.

அவனைக் காண வரும் கூட்டம் நாளுக்கு நாள் அதிகரித்தது. புதிதாய் இரண்டு மினி பஸ் தடங்கள் தொடங்கப்பட்டன அந்தக் கிராமத்திற்கு.

அவனைப் பற்றிய செய்தி யாரோ ஒருவர் எழுதிய கடிதத்தால் (அலைபேசிகளும் Whatsapp-ம் அந்த கிராமத்தின் கற்பனைக்குக் கூட எட்டாத காலம் அது) பிரபல வாரப் பத்திரிக்கை ஒன்றுக்கு சென்றது. அவனைப் பற்றிய செய்தி சேகரிக்க நிருபர்கள் அனுப்பப்பட்டனர்.

மறுவாரம் அந்தப் பத்திரிக்கையில், 'மழைச்சாமி?!' என்ற தலைப்பில் அவனைப் பற்றிய கட்டுரை வெளியாகியது. 'மழைச்சாமி நிஜமாகவே மழைக்கு சாமியா என்று தெரியவில்லை. ஆனால் அவன் இருக்கும் இடத்தில் தினமும் மழை பெய்கிறது', என்பது அந்தக் கட்டுரையின் கடைசி வாக்கியமாய் இருந்தது.

அரசு அதிகாரி ஒருவரின் கண்ணில் இந்தக் கட்டுரை பட்டு அது முதல்வரின் பார்வைக்கு அனுப்பப்பட்டது. முதல்வர் அதைப் படித்துவிட்டு, 'இது சோதித்துப் பார்க்கவேண்டிய விஷயம். உண்மையா இல்லையா என்பதை ஆதாரபூர்வமாய் கண்டறியுங்கள்', என்று உத்தரவிட, அரசாங்கக் குழு ஒன்று அந்தக் கிராமத்தில் முகாமிட்டது.

ஏறத்தாழ ஒரு மாதம் கழித்து அவர்கள் சமர்ப்பித்த அறிக்கை, அந்தக் கிராமத்தில் தினமும் இரவில் மழை பெய்வதாகவும், மழைச்சாமி என்று அழைக்கப்படுபவன் அந்தக் கிராமத்தில் இல்லாத நாட்களில் மழை பெய்வதில்லை என்றும், அவன் போகும் இடத்தில் மழை பெய்கிறதென்றும், இது மேலும் தீவிரமாய் ஆராயப்படவேண்டிய ஒன்று என்-

றும் கூறியது.

முதல்வரின் நேரடி உத்தரவின் பேரில் ஆராய்ச்சியாளர் குழு ஒன்று மழைச்சாமியை சந்தித்தது. தங்கள் நோக்கத்தையும் முதல்வரின் உத்தரவையும் எடுத்துரைத்துத் தங்களுடன் ஒத்துழைக்குமாறும் கேட்டுக்கொண்டது. சில பரிசோதனைகள் செய்யவேண்டுமென்றும், தங்களுடன் மழைச்சாமி சென்னைக்கு வரவேண்டுமென்றும் அந்தக் குழு கேட்டுக்கொண்டதன் பேரில் மழைச்சாமி தன் தாயுடன் சென்னை கிளம்பினான்.

மழைச்சாமியின் சென்னை வருகை பற்றி நாளேடுகள் செய்தி வெளியிட, அவனைக் காண மக்கள் இரயில் நிலையத்தில் குவியத் தொடங்க, விஷயம் அவனுடன் வரும் அரசு அதிகாரிகளுக்குத் தெரியப்படுத்தப்பட்டு, செங்கல்பட்டில் இறங்கி, மழைச்சாமியை வேறு மார்க்கமாக சென்னைக்கு அழைத்து வந்து ரகசிய இடத்தில் பாதுகாவலில் வைக்கவேண்டியதாயிற்று.

சென்னையில் தினமும் பெய்த மழை மழைச்சாமி அங்கிருப்பதை உறுதி செய்ய, வெளி மாநிலங்களிலிருந்து மழைச்சாமியைப் பற்றி விசாரணைகள் வரத் தொடங்கின. ஆந்திராவிலிருந்தும், கர்நாடகாவிலிருந்தும், பீகாரிலிருந்தும் கோட்டைக்கு செய்திகள் அனுப்பப்பட்டன.

மழைச்சாமியைப் பற்றி ஆங்கில நாளேடுகளில் வெளியான செய்திகள் பிரதமரின் கண்ணிலும், ஜனாதிபதியின் கண்ணிலும் பட்டு, பிரதமரின் ஒப்புதலுடன், ஜனாதிபதியின் நேரடி பார்வையின் கீழ் பிரத்யேகக் குழு ஒன்று அமைக்கப்பட்டு சென்னைக்கு அனுப்பப்பட்டது.

மாநிலக் குழுவும் மத்தியக் குழுவும் தனித்தனியே பரிசோதனைகள் நிகழ்த்த வேண்டுமென்றும் ஒருவர் முடிவை மற்றவர் அறியக்கூடாதென்றும் தீர்மானிக்கப்பட்டு சோதனைகள் நிகழ்த்தப்பட்டன.

சாதாரணக் கண்காணிப்பிலிருந்து இரத்தத்தையும் மூளையின் செயல்பாட்டையும் ஆராய்வது வரை எல்லா சோதனைகளும் செய்யப்பட்டன. ஒரு மாத தீவிர ஆராய்ச்சிக்குப் பின் இரு குழுக்களும் தங்களின் அறிக்கைகளை சமர்ப்பித்தன. இரண்டு அறிக்கைகளும் ஜனாதிபதிக்கும், பிரதமருக்கும், முதல்வருக்கும் அனுப்பப்பட்டன. இரண்டு அறிக்கைகளும் ஒரே முடிவுகளையே சொல்லியிருந்தன.

மழைச்சாமி தூங்கும் போது மழை பெய்கிறதென்றும், தூங்கும் போதெல்லாம் மழை பெய்கிறதென்றும், தூங்கும் போது மழை பெய்யத் தவறுவதில்லையென்றும், அவன் உடலிலோ செயலிலோ மற்ற மனித-

ரிடமிருந்து எவ்விதமும் மாறுபடவில்லையென்றும், அவன் இது வரை ஒரு வார்த்தை கூடப் பேசவில்லையென்றும், அவனுக்குப் பேசும் திறன் இருக்கிறதா இல்லையா என்பதை கண்டறிய முடியவில்லையென்றும் அந்த அறிக்கைகள் தெரிவித்தன.

நீண்ட விவாதத்திற்குப் பின் ஜனாதிபதி மற்றும் பிரதமரின் ஒப்புத-லுடன் இரு அறிக்கைகளையும் தமிழக அரசு மக்களின் பார்வைக்கு வெளியிட்டது.

வெளியிடப்பட்ட அறிக்கைகளை சர்வதேச தூதரகங்களில் அப்போது பதவியில் இருந்த தூதர்கள் அவரவர் நாடுகளுக்கு அவற்றை அனுப்பி வைக்க, இந்த அறிக்கைகள் வெவ்வேறு மொழிகளில் மொழிபெயர்க்-கப்பட்டு அந்தந்த நாடுகளின் பத்திரிக்கைகளில் வெளியாக, சட்டென உலகம் கலகலத்துப் போனது.

ஒவ்வொரு நாட்டிலிருந்தும் விஞ்ஞானிகள் குழுக்கள் சென்னையை நோக்கிப் படையெடுக்க, யாருக்கும் தெரியாமல், காவல் தளர்த்தப்பட்ட மழைச்சாமி, தன் தாயுடன் தன் கிராமத்திற்குத் திரும்பியது தெரிய வந்-தது. அத்தனை குழுக்களும் அவன் கிராமம் நோக்கி விரைய, பதறிப் போன தமிழக அரசு மழைச்சாமியைப் பாதுகாக்க சிறப்புக் காவல் படை-யொன்றை அனுப்பி வைத்தது. எந்தக் குழுவும் மழைச்சாமியின் சம்மத-மின்றி அவனை சந்திக்க அனுமதிக்கக் கூடாதென்று உத்தரவும் பிறப்-பிக்கப்பட்டது.

எந்தக் குழுவையும் சந்திக்க மழைச்சாமி மறுக்காததால் ஒவ்வொரு குழுவிற்கும் தனித்தனியே நேரம் ஒதுக்கப்பட்டது. ஜீன் சீக்குவென்சிங் முதல் எலெக்ட்ரோ என்செஃபலோகிராம் வரை அத்தனை பரிசோதனை-களையும் செய்வதற்கு மழைச்சாமியிடம் அனுமதி வாங்கப்பட்டது.

இந்தச் சோதனைகள் அனைத்தையும் செய்ய அந்தக் கிராமம் உகந்த இடமல்ல என்றும், சோதனைக் கருவிகள் அனைத்தும் தத்தம் நாட்டில் இருப்பதாலும், தங்களுடன் மழைச்சாமி தங்கள் நாட்டிற்கு வரவேண்டுமென்று ஒவ்வொரு குழுவும் மழைச்சாமியிடம் கோரிக்கை விடுக்கும் செய்தியறிந்து மழைச்சாமியை தேசியச் சொத்தென அறிவிக்-கக் கோரி ஒரு குழு சென்னையில் முதல்வரை சந்தித்தது.

ஆந்திராவும் கர்நாடகாவும் பீகாரும் மழைச்சாமியை சில மாதங்-களேனும் தங்களிடம் அனுப்பி வைக்கவேண்டுமென மறுபடி மறுபடி வேண்டுகோள் விடுத்தன.

வறட்சியின் பிடியில் சிக்கிச் சீரழியும் ஆப்பிரிக்க நாடுகள் சிலவற்றின் பிரதிநிதிகள் அடங்கிய குழு ஐக்கிய நாடுகள் சபையின் செக்ரெட்டரி ஜெனெரலை சந்தித்து மழைச்சாமியைப் பற்றி விவாதித்தது. இந்தப் பிரதிநிதிகளையும் கொண்ட ஐக்கிய நாடுகள் சபையின் குழு ஒன்று மழைச்சாமியை சந்திப்பதென்றும், மழைச்சாமி இணங்கினால் அந்தக் குழு அவனை ஆப்பிரிக்க நாடுகளுக்கு அழைத்துச் செல்வதென்றும் தீர்மானிக்கப்பட்டு, எலும்புகளின் கூடுகளாய் நடமாடும் ஆப்பிரிக்க மக்களின் புகைப்படங்களோடு அந்தக் குழு மழைச்சாமியை நாடிச் சென்றது.

சோதனைகள் ஒரு புறம் நடக்கட்டுமென்றும், அபூர்வ ஆற்றலை மழைச்சாமி வீணாக்கக்கூடாதென்றும், தங்களுடன் தங்கள் நாடுகளுக்கு மழைச்சாமி வரவேண்டுமென்றும் அந்தக் குழு மழைச்சாமியை வேண்டியது.

புகைப்படங்களைப் பார்த்த மழைச்சாமி தன் தாயுடன் அந்த ஆப்பிரிக்க நாடுகளுக்குச் செல்ல சம்மதிக்க, தோன்றிய யோசனை ஒன்றை செயலாக்க அனுமதி வேண்டி சென்னை சென்றது பிரெஞ்சுக் குழு.

பிரெஞ்சுக் குழுவின் கோரிக்கை தமிழக அரசின் பரிசீலனையில் இருக்கும் போது அவர்களுக்குத் தோன்றிய அதே யோசனை ஆங்கிலேயக் குழுவிற்கும் தோன்ற, அதை செயல்படுத்த அனுமதி கிடைக்காதென அனுமானித்து சேகரித்த சாம்பிள்களுடன் சட்டென அந்தக் குழு லண்டன் திரும்பியது.

மழைச்சாமி இல்லாமல் மேலும் சோதனைகள் செய்ய இயலாததால், செய்த சோதனைகளை ஆராய்ந்து முடிவறிய குழுக்கள் அவரவர் நாடு திரும்பின.

தாயகம் திரும்பியதும் மழைச்சாமியை அனுப்பி வைப்பதாய் ஆந்திராவிற்கும் கர்நாடகாவிற்கும் பீகாருக்கும் தமிழக அரசு உறுதி கூறியது.

ஏறத்தாழ இரண்டு வருடங்கள் கழித்து ஆங்கிலேயக் குழு மழைச்சாமியை க்ளோனிங் செய்ய அவர்கள் எடுத்த முயற்சி வெற்றிபெற்றுவிட்டதென்றும் இரண்டு பெண்கள் தற்போது மழைச்சாமியின் க்ளோன் கருக்களை சுமந்து கொண்டிருப்பதாகவும் இருவரும் ரகசிய இடங்களில் பாதுகாப்புடன் இருப்பதாகவும் செய்திகள் வெளியிட்டதும் சட்டென்று ஒரு சர்வதேச சட்ட பூகம்பம் வெடித்தது.

இந்திய அரசு தன் சட்ட நிபுணர்களை முடுக்கி விட, தி ஹேகில் உள்ள சர்வதேச நீதிமன்றத்தில் பிரிட்டன் மீது இந்தியா வழக்கு தொடர்ந்தது. மழைச்சாமி தங்கள் நாட்டுப் பிரஜை என்றும், மழைச்சாமியை க்ளோன் செய்ய பிரிட்டன் மழைச்சாமியிடம் அனுமதி பெறவில்லை என்றும், அறிவுசார் சொத்து உரிமைகள் அடிப்படையிலும், க்ளோன் கருக்கள் குழந்தைகளாய் பிறந்ததும் தங்களிடம் ஒப்படைத்து விடவேண்டும் என்றும் இந்தியா வாதிட்டது.

இச்சூழ்நிலையில் மழைச்சாமி வெளிநாட்டிலிருப்பது ஆபத்து என்றெண்ணிய இந்திய அரசு, எத்தியோப்பியாவிலிருந்த மழைச்சாமியை தக்க பாதுகாப்புடன் அழைத்து வந்து சென்னையில் தமிழக அரசிடம் ஒப்படைத்தது.

உறுதி கூறியிருந்த மொழியை நிறைவேற்றும் பொருட்டு விசேஷ காவல் படையுடன் மழைச்சாமியை ஆந்திரா அனுப்பி வைத்தது தமிழக அரசு.

சர்வதேச நீதிமன்றத்தில் வழக்கு தீவிரமடைந்து இந்தியாவும் பிரிட்டனும் தங்கள் தூதரகங்களை மூடுமளவு முற்றியது. குழந்தைகள் பிறக்கும் முன் வழக்கின் தீர்ப்பை வழங்க வேண்டுமென நீதிமன்றத்திடம் இந்தியா வேண்டியது.

குழந்தைகள் பிறக்கும் தேதியை பிரிட்டனிடம் கேட்டுத் தெரிந்துகொண்ட நீதிமன்றம் அதற்கு முன் தீர்ப்பளிப்பதாய் உறுதி கூறியது. தீர்ப்பை எழுத ஒரு வாரமேனும் தங்களுக்கு அவகாசம் வேண்டுமென்பதால் இரு நாடுகளும் தமது முடிவு வாதங்களை விரைவில் சமர்பிக்கவேண்டுமென்றும் கேட்டுக்கொண்டது சர்வதேச நீதிமன்றத்தின் மூவர் பெஞ்ச்.

நீதிமன்றத்தின் கோரிக்கையை ஏற்று குழந்தைகள் பிறக்கும் நாளுக்கு பதினைந்து தினங்களுக்கு முன் முடிவு வாதங்கள் நடைபெற்றுக்கொண்டிருக்கும் போது இரு நாடுகளின் வக்கீல்களிடத்தும் துண்டுச் சீட்டு ஒன்று நீட்டப்பட்டது. எதிர்பாராத சிக்கல்கள் காரணமாக இரண்டு பெண்களுக்கும் சிசேரியன் அறுவை சிகிச்சை செய்யப்பட்டதாகவும், இரண்டு பெண்களும் இரண்டு குழந்தைகளையும் பிரசவித்துவிட்டதாகவும், இரண்டு குழந்தைகளும் நலமாய் இருப்பதாகவும், இரண்டு குழந்தைகளும் தூங்கும் போது மழை பெய்யவில்லை என்றும் அது குறிப்பிட்டது.

சீட்டைப் பார்த்துவிட்டு இரு நாட்டு சட்ட நிபுணர்களும் இடை-வேளை கேட்க, ஒரு மணி நேர அவகாசம் வழங்கியது நீதி மன்றம்.

அவகாசம் முடிந்து கூடிய நீதிமன்றத்தில் உரையாற்றிய இந்திய வல்-லுநர் தாங்கள் வழக்கை வாபஸ் வாங்குவதாக அறிவிக்க, பிரிட்டனும் அதை ஏற்றுக்கொண்ட படியால் வழக்கை தள்ளுபடி செய்தது சர்வதேச சட்ட நீதிமன்றம்.

ஆந்திராவின் ஒரு மூலையிலிருந்த மழைச்சாமியிடம் இந்தச் செய்தி எட்டிய அன்றிரவு தூங்குமுன் தன் தாயிடம் மழைச்சாமி, “நான் ஊமை-யில்லை”, என்று சொல்லிவிட்டு தூங்கப்போனான். மறுநாள் அவன் கண்விழிக்கவில்லை.

செய்தி காட்டுத்தீ போல் பரவ, சகல மரியாதைகளுடன் மழைச்சா-மியை அவன் சொந்தக் கிராமத்திற்குக் கொண்டு செல்ல ஏற்பாடு செய்-தது ஆந்திர அரசு. தமிழக அரசின் சகல அரசு மரியாதைகளுடனும் மழைச்சாமிக்கு அவன் கிராமத்தில் இறுதி சடங்குகள் நடத்தப்பட்டன.

க்ளோன் செய்யப்பட்ட குழந்தைகளில் ஒரு குழந்தை பிறந்த சில தினங்களில் Sudden Infant Death Syndromeல் இறந்துவிட, இன்னொரு குழந்தையைப் பெற்றவள் அதை வளர்க்கமுடியாதென்று மறுத்துவிட, செய்தியறிந்த மழைச்சாமியின் பெற்றோர் அந்தக் குழந்-தையைத் தங்களிடம் சேர்த்துவிடவேண்டுமென்று வேண்டினர் தமிழக அரசை.

ராசய்யா என்று பெயர் சூட்டப்பட்டு, மழைச்சாமியின் கதை கேட்டு வளர்ந்த அந்தக் குழந்தை நான்கு வயதில், “மழைச்சாமி யாரு?” என்று கேட்டது.

சில வருடங்களில் மழைச்சாமியின் வாழ்க்கை வரலாறாக மாறி மேலும் மேலும் மெருகேற்றப்பட்டு அந்தக் கிராமத்திலும் அதன் சுற்று வட்டாரங்களிலும் பாடலாகப் பாடப்பட்டது. தலைமுறைகள் செல்லச்-செல்ல தமிழ்நாடும், இந்தியாவும், உலகமும், மெல்ல மெல்ல மழைச்சா-மியை மறந்து போனது.

சவுதி அரேபியாவின் Empty Quarter எனப்படும் பாலைவனத்-தின் பெடோய்ன் மக்களின் கூடாரத்தில் ஒரு காய்ந்த பகல் பொழுதில், பிரசவித்த களைப்பில் ஒரு தாயும், பிறந்த களைப்பில் ஒரு பெண் சிசு-வும் உறங்க ஆரம்பித்தனர்.

மழை பெய்யத் தொடங்கியது.

3

நீள்வட்ட சுற்றுப் பாதை

"இது என்னவென்றுத் தெரியுமா?"

மேஜை மேல் இருந்த அந்த பளபளக்கும் பொருளைப் பார்த்துவிட்டுத் தன் நண்பனைக் கேட்டான் ஜே என்று அழைக்கப்படும் Jeremiah.

"வாங்கும் போது தெரியாது. இப்போதுத் தெரியும், கூகுளின் தயவால், ஆரரி[1] (Orrery)", என்றான் ரஃபிக்.

"என்னவென்றேத் தெரியாமல் எப்படி வாங்கினாய்?"

"அதுதான் எனக்கும் தெரியவில்லை. உனக்குத் தெரியுமல்லவா - விடுமுறை நாட்களில் நான் கால் போன போக்கில் ஊருக்குள் நடந்து வருவேன் என்று? ஒரு புதிய இடத்தைப் பழகிக் கொள்ள அதைவிட சிறந்த வழியில்லை. அப்படித்தான் இன்று காலையும் கிளம்பினேன். கால்கள் என்னை 'Grand Manor' என்னும் மாளிகை இருக்கும் தெருவிற்கு அழைத்துச் சென்றன. வாசலில் 'Estate Sale' என்று ஒரு போர்டு இருந்தது. நிறைய பேர் உள்ளே சென்றுகொண்டிருந்தார்கள். அவர்களில் ஒருவரிடம் விசாரித்தேன், 'Estate Sale' என்றால் என்னவென்று. அவர்தான் சொன்னார் அது அந்த வீட்டின் பொருட்களை விற்பது என்று. இதுவரை இப்படி ஒன்றைக் கேள்விப்பட்டதில்லையா... உள்ளே சென்றேன். இதைப் பார்த்ததும் ஏனோ வாங்கவேண்டும் என்றுத் தோன்றியது".

"'Grand Manor' லா வாங்கினாய் இதை?" என்றுக் கேட்ட ஜே சற்று நேரம் அந்த ஆரரியையேப் பார்த்துக்கொண்டிருந்தான்.

"ஏன், ஜே? என்ன விஷயம்? 'Grand Manor' என்று ரொம்பத் தெரிந்தவன் போல் பேசுகிறாய்?"

"நீ இந்த நாட்டுக்கேப் புதிதல்லவா? இந்த நாட்டுக்கும் இந்த ஊருக்கும் நீ வந்து ஒரு வருடம் கூட ஆகவில்லை. அதனால் உனக்கு 'Grand Manor'ஐப் பற்றித் தெரிய வாய்ப்பில்லை".

"Naturally, எனக்கு எப்படித் தெரியும் உங்கள் ஊர் மனிதர்களும் வரலாறும்? நீ தான் சொல்லேன். யாருடைய வீடு அது? அதை வீடு என்று சொல்வதற்குக் கூட எனக்கு வாய் வரவில்லை. எங்கள் நாட்டிலெல்லாம் இதை அரண்மனைக் கணக்கில் சேர்த்து விடுவோம்".

"Dude, அமெரிக்காவில் ஏது ராஜாக்களும் அரண்மனைகளும்? ஆனால் அவர்களுக்கு நிகராக செல்வத்திலும் சமுதாயத்திலும் கோலோச்சியவர்கள் இருக்கிறாரார்கள். அப்படிப்பட்ட ஒரு குடும்பம் தான் இந்த 'Grand' குடும்பம்".

"அப்படியென்றால் அவர்கள் மிகப் பழம்பெரும் குடும்பமாக இருந்திருக்கவேண்டும்".

"ஆம். பதினெட்டாம் நூற்றாண்டின் தொடக்கத்திலிருந்துத் தொடங்குகிறது அவர்களின் சரித்திரம். இந்தக் குடும்பத்தின் முதல் Mr. Grand-ன் செல்வம் எங்கிருந்து எப்படி எதன் மூலம் வந்தது என்பதற்கான ஆதாரப் பூர்வத் தகவல்கள் எதுவும் இல்லை. ஆனால் கதைகள் உண்டு. கடல் கொள்ளையில் கிடைத்த பெருஞ்செல்வம், தங்கச் சுரங்கத்தில் கிடைத்தக் காசு, ஆப்பிரிக்காவில் அடிமைகளை வாங்கி விற்ற பணம் என்று உலவாதக் கதைகள் இல்லை. செல்வத்தை Mr. Grand எப்படி சேர்ந்திருந்தாலும், அவர் இங்கு வந்து தான் செட்டில் ஆகி இருக்கிறார். அப்போதிருந்த மிகப் பெரிய ஆர்க்கிடெக்ட்டுகளையும் கட்டிடக்கலை நிபுணர்களையும் வைத்து அவர் 'Grand Manor' ஐ உருவாக்கியதாகக் குறிப்புகள் இருக்கின்றன".

"இப்படிப்பட்ட காசு உள்ள கனவான்களிடம் ரசனைகள் கொஞ்சம் மட்டுப்பட்டு இருப்பதுதான் வழக்கம். ஆனால் இதை அவர் வைத்திருந்தார் என்றால் Mr. Grand இந்த வழக்கத்திற்கு மாறாகத்தான் இருந்திருக்க வேண்டும்", என்றபடி தான் வாங்கிவந்திருந்த ஆரரியைப் பார்த்தான் ரஃபிக். பித்தளையின் பளபளப்புடன் வெவ்வேறு அளவிலான

பித்தளை உருளைகளைக் கொண்டு அவன் மேஜை மீது உரிமையோடு அமர்ந்திருந்தது அது.

"அவருடைய இரசனைகள் எப்படி இருந்ததோ தெரியாது. ஆனால் அவருடைய மனைவியாக வந்த Sophie Grand -ன் இரசனைகள் மிக உயர்வானவை. 'Grand Manor' ன் உட்புறம் நீ பார்த்த அலங்காரம் முழுவதும் அவர் மேற்பார்வையில் அவர் இஷ்டத்திற்கு நடந்தது தான். Mrs. Grand ற்கு கலைகளில் மட்டுமல்ல, அறிவியலிலும் இலக்கியத்திலும் கூட மிகுந்த ஈடுபாடு உண்டு", என்றான் ஜே.

"அந்தக் காலத்தின் மிக அதிசயமானப் பெண்ணாக அவர் இருந்திருக்க வேண்டும்".

"ஆம். அதனாலேயே பலருக்கும் ஆச்சர்யம், எப்படி இப்பேற்பட்ட பெண் Grand போன்ற ஒரு மனிதரைத் திருமணம் செய்தார் என்று".

"அப்படியென்றால் Mrs. Grand தான் இந்த ஆரரியைக் கமிஷன் செய்திருக்கவேண்டும்", என்றான் ரஃபிக்.

"ஹே! இது எப்படி உனக்குத் தெரியும்?" என்று ஆச்சர்யத்துடன் கேட்டான் ஜே.

"என்னவென்றேத் தெரியாமல் வாங்கிவிட்டேனா... கூகுளின் தயவால் இந்த உலோகக் கன்டராப்ஷன் ஆரரி என்று மட்டும் தெரிந்தது. ஆனால் பிரத்யேகமாக இந்த ஆரரியைப் பற்றித் தெரிந்துகொள்ள வேண்டும் என்று ஒரு புராதனப் பொருட்கள் விற்கும் கடைக்கு இதை எடுத்துக்கொண்டு போனேன். ரோஸலின் விட்மோர் என்ற அந்தக் கடையின் வயதான உரிமையாளர் தான் இதைப் பற்றியத் தகவல்களை எனக்குக் கூறினார்", என்றவன் அவனேத் தொடர்ந்தான்.

"1704-ஆம் ஆண்டு தான் இது போன்ற இயங்கும் மாதிரி முதன் முதலில் வடிவமைக்கப்பட்டு Charles Boyle என்ற 4 Earl of Orrery யிடம் கொடுக்கப்பட்டதாம். அதனாலேயே இது போன்ற மாதிரிகளுக்கு 'orrery' என்று அவர் நினைவாகப் பெயரிடப்பட்டதாம். இதைத் தூக்கிக்கொண்டு கடைக்குள் நுழைந்ததும் ரோஸலின் விட்மோர் ஒரு கணம் ஸ்தம்பித்துப் போனார். இந்த ஆரரி அவருக்கு மிகவும் பரிச்சயமான ஒன்று போல. என்னை அறிமுகப்படுத்திக்கொண்டதும் அவர் என்னிடம் கேட்ட முதல் கேள்வி இது எப்படி என் கைகளில் வந்ததென்று. 'Grand Manor' ன் எஸ்டேட் சேலில் வாங்கினேன் என்று கூறியதும் ஒரு கணம் அவர் முகம் இருளடைந்ததை நான்

கவனித்தேன். அதைப் பற்றி அவரிடம் கேட்பதற்குள் அவர் சுதாரித்துக் கொண்டார். ஆரரியை லேசாக சாய்க்கச்சொல்லி அதன் அடிப்பாகத்தில் இருந்த முத்திரையைப் பார்த்து அவர் யூகத்தை உறுதி செய்துகொண்டார். அப்புறம் தான் என்னிடம் இது 'Grand' குடும்பத்தில் நூற்றாண்டுகளாக இருந்து வரும் சொத்து என்றும், கலைஞர்களையும் அறிவியலாளர்களையும் ஊக்குவிப்பதற்காக அவர்கள் பல கலைப்பொருட்களையும் இது போன்ற அறிவியல் மாதிரிகளையும் கமிஷன் செய்ததாகவும், அப்படிக் கமிஷன் செய்யப்பட்ட ஒன்று தான் இந்த ஆரரி என்றும் கூறினார்", என்று சொல்லி நிறுத்தினான்.

ஒரு நிமிடம் மௌனமாய் அந்த ஆரரியையே பார்த்துக்கொண்டிருந்த ஜே, "வேறு ஏதாவது சொன்னார்களா?" என்று கேட்டான்.

"இதை விற்பதற்கு விருப்பமா என்று கேட்டார்கள்".

"நீ இல்லை என்று சொல்லிவிட்டு இதை வீட்டிற்குக் கொண்டுவந்துவிட்டாய்", என்று முடித்தான் ஜே.

"பின்னே? 'எஸ்டேட் சேலில் வாங்கி இன்னும் வீட்டிற்குக் கூடப் போகவில்லை... அதற்குள் இதை விற்பதற்குக் கேட்கிறீர்களே?' என்று கொஞ்சம் கோபித்துக்கொண்டு வந்துவிட்டேன். அப்படி வேண்டுமென்றால் அவர்கள் போய் இதை வாங்கியிருக்கலாமே. இந்த ஊரில் நடக்கும் எஸ்டேட் சேல் அவர்களுக்குத் தெரியாமலா இருக்கும்?"

சற்று நேரம் அந்த ஆரரியையேப் பார்த்துக்கொண்டிருந்த ஜே, "இது இயங்குகிறதா?" என்று கேட்டான்.

"ஹா! அங்கே தான் கொஞ்சம் இடிக்கிறது,ஜே. நீயே பாரேன்", என்றவன் அந்த ஆரரியை இயக்கும் கைப்பிடியைப் பிடித்து சுற்றினான். தற்போதைய மாதிரிகள் போல் பாட்டரியும் மோட்டாரும் இல்லாதப் புராதன மாதிரி அது. கையால் சுற்றிவிடும் விசையும் அதன் இயக்கத்தில் சுற்றும் பற்சக்கரங்களாலும் ஆனது. கைப்பிடி சுற்ற ஆரம்பித்ததும் அந்த விசையால் பற்சக்கரங்கள் மெதுவே சுழல ஆரம்பித்து, ஒவ்வொரு கோளாக அதனதன் பாதையில் சுற்ற ஆரம்பித்தது, சனி கிரக உருண்டையைத் தவிர.

சுழலும் கோள்களை ஒவ்வொன்றாகப் பார்த்து வந்த ஜே, சனி கிரகம் சுற்றாமல் சுழலாமல் நிற்பதை பார்த்து நெற்றியைச் சுருக்கினான். அதன் அடுத்து இருக்கும் யுரேனஸும் நெப்ட்யூனும் அதனதன் பாதைகளில் தடையில்லாமல் நகருவதை பார்த்து, அமர்ந்திருந்த சோபாவில்

இருந்து எழுந்து வந்து அந்த ஆரரியைப் பார்த்தான். சுற்றிவிட்ட வேகம் குறைந்து நிற்கும் நிலைக்கு வருவதை போல் இருந்த ஆரரியை அவனே ஒருமுறை நன்றாகக் கைப்பிடியை சுற்றி இயக்கிவிட்டான். எல்லாக் கோள்களும் தடையின்றி இயங்க, சனி மட்டும் அதன் இடத்தை விட்டு அசையாமல் இருந்தது, குதூகலித்து விளையாடும் பிள்ளைகளுடன் சேராமல் ஒதுங்கி நிற்கும் வீம்புக் குழந்தை போல்.

"ஏதேனும் இடிக்கிறதா என்ன?" என்றான் ஜே, ஆரரியை விட்டுப் பார்வையை அகற்றாமலேயே.

"அதையும் பார்த்துவிட்டேன். என் என்ஜினியர் கைகள் சும்மா இருக்குமா? ஆனால் எதிலும் எந்தப் பிரச்னையும் இருப்பதாகப் படவில்லை எனக்கு. ரோஸலின் விட்மோரும் கூட இதை ஆராய்ந்து பார்த்தார்கள். அவர்களுக்கும் எதுவும் புரியவில்லை", என்றான் ரஃபிக் ஜேயின் கேள்விக்குப் பதிலாக.

"ம்... ", என்றான் ஜே, ஏதோ யோசனையில் ஆழ்ந்தவனாய். "ரோஸலின் அம்மையார் வேறு எதுவும் சொன்னார்களா?" என்று கேட்-டான் திரும்பிச் சென்று சோபாவில் அமர்ந்தபடி.

"இதேக் கேள்வியை நீ இரண்டாம் முறையாகக் கேட்கிறாய். என்ன விஷயம், ஜே? ரோஸலின் விட்மோர் ஏதாவது என்னிடம் சொல்லியி-ருக்க வேண்டுமா? நீ என்னை இப்படிக் கேட்பத்தைப் பார்த்தால் ஏதோ நெருடலாகப் படுகிறது எனக்கு".

"அவர்கள் உண்மையிலேயே வேறு எதுவும் சொல்லவில்லையா?"

"இல்லை. ஒரு வேளை இன்னும் கொஞ்சம் நேரம் அவர்களிடம் பேசியிருந்தால் சொல்லியிருக்கலாம். நான் தான் கோபித்துக்கொண்டு வந்துவிட்டேனே!"

"சரி, அதை விடு. 'Grand Manor' க்குள் போனாயே... உனக்கு என்ன தோன்றியது அதைப் பார்த்தபோது?"

"எங்கள் ஊரில் ஒரு சொல் வழக்கம் உண்டு - "வாழ்ந்து கெட்டவர்' என்று. ஒரு காலத்தில் ஓஹோவென்று வாழ்ந்து ஊருக்கேப் படியளந்த-வர் ஏதோ காரணத்தால் சீரும் செல்வமும் இழந்து நொடித்துப் போன-வரை சொல்லும் சொல். 'Grand Manor' க்குள் நுழைந்த பின் அல்ல, நுழையும் முன்னேயே 'எஸ்டேட் சேல்' என்ற போர்டைப் பார்த்த உடனேயே அந்த வார்த்தைதான் எனக்குத் தோன்றியது".

"என்ன சொல் அது? 'வாலந்து ...?"

"அடப்பாவி! கொல்லாதே தமிழை! 'வாழ்ந்து கெட்டவர்'".

"Whatever... என் வாயில் நுழையவில்லை அது. ஆனாலும் நீ சொன்ன அந்த வார்த்தை தான் 'Grand' குடும்பத்தை விவரிக்க சரி-யான வார்த்தை.. உனக்கு ஏன் அப்படித் தோன்றியது?"

"அரண்மனைக்கு ஒப்பான ஒரு வீட்டின் முன் 'எஸ்டேட் சேல்' என்று போர்டு இருந்தால் வேறு எப்படித் தோன்றும்?"

"சரிதான்".

"Actually, இதை பற்றி நானே உன்னிடம் கேட்கவேண்டும் என்று நினைத்திருந்தேன். Tell me, dude. ராஜ வம்சத்திற்கு ஈடான செல்-வமும் அந்தஸ்தும் கொண்ட ஒரு குடும்பத்துக்கு 'எஸ்டேட் சேல்' போக-வேண்டிய அவசியமென்ன? அப்படி என்னக் கஷ்டம் வந்தது அவர்க-ளுக்கு?"

"Mr. Grand வாரிசுகள் ஏதுமின்றிக் காணாமல் போய்விட்டக் கஷ்-டம் வந்தது".

"ஹாங்! What do you mean by 'காணாமல் போய்விட்டக் கஷ்டம்'?"

"Exactly what I say. Grand குடும்பத்தின் கடைசி வாரிசான Mr. Gregory Grand காணாமல் போய்விட்டார், ஏழு வருடங்களுக்கு முன்".

"என்ன சொல்லுகிறாய், ஜே? 'காணாமல் போய்விட்டார்' என்றால் என்ன அர்த்தம்?"

"'காணாமல் போய்விட்டார்' என்றால் 'காணாமல் போய்விட்டார்' என்று தான் அர்த்தம்".

"நீ சொல்வது புரிகிறது ஆனால் புரியவில்லை. 'காணாமல் போய்-விட்டார்' என்றால் எங்கேயாவது ஓடிப்போய்விட்டாரா?"

"அவர் ஏன் ஓடிப்போகவேண்டும்? இத்தனை சொத்துக்களையும் விட்டுவிட்டு?"

"பின்னே? யாராவது கடத்திக்கொண்டுப் போய்விட்டார்களா அவரு-டைய சொத்துக்களை எழுதி வாங்க?"

"அப்படியென்றால் இந்நேரம் அந்த சொத்துக்களெல்லாம் கைமாறி-யிருக்கவேண்டும் அல்லவா?" அதுவும் இல்லை".

அப்புறம் என்னதான் அர்த்தம் 'காணாமல் போய்விட்டார்' என்ப-தற்கு?"

"ம்ம்ம்... மாயமாய் மறைந்துவிட்டார் என்று அர்த்தம்", என்றான் ஜே, தன் நண்பனின் முகத்தில் தோன்றும் குழப்பத்தை இரசித்துக் கொண்டே.

"விளையாடாதே, ஜே! சொல்வதை முழுதாய் புரியும்படி சொல். தலை சுற்றுகிறது".

"சரி, மொத்தக்க கதையையும் சொன்னால் இரவு பியர் உன் உபயம். சம்மதமா?"

"பியர் மட்டுமல்ல. டின்னரும் என் உபயம். சொல்".

"Mr. Gregory Grand திருமணம் செய்துகொள்ளாத நாற்பத்தி ஏழு வயது most eligible bachelor of the town. எத்தனையோ பெண்கள் அவருக்கு வலை விரித்தும் அவர் எதிலும் சிக்கவில்லை. எத்தனையோ பெண்களை அவர் டேட்டிங் செய்தும் திருமணம் வரை செல்லும் அளவு எந்தப் பெண்ணும் அவரை ஈர்க்கவில்லை என்று கேட்பவருக்குக் கேட்கும்போதெல்லாம் சளைக்காமல் பதில் கூறுவார். வாரிசுகள் இல்லாமல் போனால் இருக்கும் பில்லியன்ஸ் கணக்கான சொத்துக்கள் என்ன ஆவது என்ற எல்லோர் மனதிலும் இருந்த கேள்விக்கு கூடிய விரைவில் விடையளிக்கிறேன் என்று சொல்லியிருந்த அவரை, one fine day, காணவில்லை. முந்தைய நாள் இரவில் அவருடைய மிக நெருங்கிய நண்பர்களுக்கு அவர் வீட்டில் அவருடைய பிறந்தநாளுக்காக அவர் கொடுத்த பார்ட்டி தான் கடைசி. மறுநாள் காலை அவரைக் காணவில்லை. காலை வெகுநேரமாகியும் தன் படுக்கை அறையைவிட்டு அவர் வெளியே வராமல் இருக்கவே, அவருடைய பர்சனல் அசிஸ்டண்ட் தாழிடப்படாமல் சாத்தியிருந்த அவருடைய அறைக்கதவைத் திறந்து பார்த்ததில் அறை காலியாகவும் படுக்கை விரிப்புகள் கலையாமலும் அப்படியே இருந்தன. அப்போதுத் தொடங்கிய தேடுதல் வேட்டை கிட்டத்தட்ட ஒரு வருடம் நீடித்தது. ம்ஹூம்... ஒரு பிரயோஜனமும் இல்லை.

உலகம் முழுவதும் அவருடைய வழக்கறிஞர் தலைசிறந்த டிடெக்டிவ்களையும் தேடுதல் நிபுணர்களையும் வைத்துத் தேடி சலித்தது தான் மிச்சம். ம்ச்...Gregory Grand ன் வெட்டிப்போட்ட நகத்தைக் கூட யாராலும் கண்டுபிடிக்க முடியவில்லை. Gregory Grand இறந்துவிட்டார் என்றும் முடிவு கட்ட முடியவில்லை அவருடைய சடலமோ அல்லது வேறு ஏதேனும் உடல் பாகங்களோ கிடைக்காததால். தேடித் தேடி

சலித்து இறுதியில் வேறு வழியில்லாமல் அவரை 'Missing Person' 'காணாமல் போனவர்' என்று அறிவிக்கும்படி ஆனது. Gregory Grand தன் வழக்கறிஞர்களிடம் ஏற்கனவே விட்டுச் சென்ற உயிலை சட்டப்படி தற்போது பிரித்துப் பார்த்திருக்கிறார்கள். அவருடைய சொத்-துக்கள் அனைத்தையும் அவரின் காலத்திற்குப் பின் என்ன செய்ய-வேண்டும் என்று விலாவாரியாக உத்தரவுகள் கொடுத்திருக்கிறார் அதில். அதன்படி இப்போது அவருடைய வழக்கறிஞர்கள் செயல்பட்டு வருகி-றார்கள். இந்த எஸ்டேட் சேலும் கூட அவர் ஆணைப்படிதான் நடத்-தப்பட்டிருக்கவேண்டும்".

இடைமறிப்புகள் இன்றி பேசிமுடித்தான் ஜே.

"Phew! சுவாரஸ்யம் நிறைந்ததாக இருக்கிறது ஜே, உங்கள் ஊர்", என்றான் ரஃபிக் நீண்டதொரு பெருமூச்சை வெளிப்படுத்தி.

"இது ஒற்றை சுவாரஸ்யம் அல்ல, நண்பா. இது நூற்றாண்டுகளாக நடைபெற்று வரும் சுவாரஸ்யங்களின் தொடர்ச்சி", என்றான் ஜே.

"சுவாரஸ்யங்களின் தொடர்ச்சியா? என்ன சொல்லுகிறாய் நீ? இது போன்ற 'காணாமல் போதல்' ஏற்கனவே நடந்திருக்கிறதா?" என்றான் ரஃபிக் ஆச்சர்யம் பொங்க.

"'காணாமல் போதல்' என்று ஒருமையில் அல்ல. 'காணாமல் போதல்கள்' என்று பன்மையில்", என்று தொடர்ந்தான் ஜே, ஒரு சிறு புன்னகையுடன்.

"Gregory Grand காணாமல் போனதும் அதைப் பற்றி எழுதாதப் பத்திரிகைகள் இல்லை. ஒரே விஷயத்தைப் பற்றி எத்தனைக் கோணங்-களில் தான் எழுதமுடியும்? ஆனாலும் விடாமல் தோண்டித் துருவிய ரிப்போர்ட்டர் ஒருவருக்கு ஒரு சிறிய தகவல் கிடைத்தது - Grand குடும்பத்தில் இதற்கு முன் இது போன்ற காணாமல் போனவர்கள் வேறு சிலரும் உண்டு என்று. இப்படி ஒரு துணுக்குக் கிடைத்தால் போதாதா? பழைய செய்தித்தாள்கள், நாட்குறிப்புகள், வரலாற்று ஏடுகள், அருங்-காட்சியகப் புத்தகங்கள் என்று ஒன்று விடாமல் ஆராய்ந்து கிடைத்தத் தகவல்களை வைத்து அந்த ரிப்போர்ட்டர் ஒரு கட்டுரை எழுதினார். Gregory Grand போல், எந்தத் தகவலும் இல்லாமல், எந்தத் தடய-மும் இல்லாமல், எந்தத் துப்பும் கிடைக்காமல் மாயமாய் மறைந்தவர்-கள் Grand குடும்பத்தில் நான்கு பேர் என்று. வேட்டைக்குச் சென்ற இடத்தில், போட்டிங் போன சொகுசுப் படகில், வாக்கிங் போன காட்டு

வழியில், Gregory Grand போல் படுக்கை அறையில் என்று ஒவ்வொரு இடத்தில் ஒவ்வொருவர் காணாமல் போயிருக்கிறார்கள். இரவு தூங்கச் செல்லும் முன் உடன் இருந்தவர்களுடன் பேசி, சிரித்து, குட் நைட் சொல்லித் தூங்கச் சென்றவர்கள், காலையில் மாயமாய் போய்விட்டார்கள். இன்று போல் அன்று இத்தனை தொழில் நுட்பங்கள் இல்லாது போனாலும், அன்றைய நாளில் இருந்த லேட்டஸ்ட் விஷயங்களையும் முறைகளையும் ஆட்களையும் வைத்து அவர்களைத் தேடியும், இப்போது போல்தான் அப்போதும், எந்தப் பயனும் இல்லை. காணாமல் போனவர்கள் காணாமலே தான் போய்விட்டார்கள். இதற்கு முன் யாரும் இப்படி ஒரு கட்டுரையை எழுதவில்லை என்பதால் இந்த விஷயங்கள் எதுவும் யாருக்கும் தெரியாமலேயேப் போய்விட்டது என்றும் Grand குடும்பத்தில் காணாமல் போனவர்களை பற்றியத் தகவல்களை ஒட்டுமொத்தமாகத் திரட்டும் போது சில ஒற்றுமைகள் புலப்படுகின்றன என்றும் அந்தக் கட்டுரையில் அதன் எழுத்தாளர் குறிப்பிட்டிருந்தார். காணாமல் போன அனைவரும் பதினெட்டு வயதுக்கு மேற்பட்ட ஆண்கள்; காணாமல் போவதற்கு முந்தய தினம் அவர்களுடைய பிறந்தநாள்; அந்தப் பிறந்தநாளின் அன்று 'Blue Moon' என்று அழைக்கப்படும் ஒரே மாதத்தில் வரும் இரண்டாம் பௌர்ணமி; காணாமல் போனவர்கள் அனைவரும் இதை வைத்திருந்தார்கள்", என்று நிறுத்திய ஜேயின் பார்வை மேஜையின் மீது இருந்த ஆரரியின் மீது குத்திட்டு நின்றது.

காதில் விழுந்தவற்றை ரஃபிக்கின் மூளை கிரகித்துக்கொண்டிருக்க, ஜேயின் கண்கள் போன திசையில் அவன் கண்களும் சென்றன. பொல்லாத சேட்டை செய்துவிட்டு அப்பாவி போல் அமர்ந்திருக்கும் குழந்தையாய் இந்தப் பூனையும் பால் குடிக்குமா என்பதாக, சமர்த்தாய் அமர்ந்திருந்தது ஆரரி.

மூளைக்கு எட்டிய சேதி உள்வாங்கப்பட்டு அந்தக் கணம் சடாரென்று உறைக்க, இருண்ட முகத்தோடு ஜேயை நோக்கித் திரும்பினான் ரஃபிக்.

"பழைய Grand குடும்பக் குறிப்புகளிலிருந்து இந்தக் கட்டுரையின் பத்திரிக்கையாளர் கவனித்த மற்றுமொரு விஷயம் உண்டு. Gregory Grand ற்கு முன் இப்படி மாயமாய் போனவர் அவருடைய great grandfather[2]ன் தம்பி. அவர் எழுதி வைத்தக் குறிப்பு ஒன்றில், ஆரரியின் சனி கிரகம் சுற்றாமல் எங்கோ சிக்குகிறது என்றும் அதை

சரி செய்ய ஏற்பாடு செய்யவேண்டும் என்றும் குறிப்பிட்டிருக்கிறார். ஆனால் ஆரரியைப் பற்றிய பிந்தயக் குறிப்புகள் அவருக்குக் கிடைத்ததில் ஆரரி இயங்கவில்லை என்பதாக எதுவும் இல்லை என்றும் அவர் கட்டுரையில் எழுதியிருக்கிறார்".

தலையைக் கைகளில் பிடித்துக்கொண்டு அமர்ந்தான் ரஃபிக். அவன் நண்பனின் வார்த்தைகள் அவனுள் கலவரமான உணர்ச்சிக் கலவையை உண்டுபண்ணியது. 'எஸ்டேட் சேல்' போர்டும் 'Grand Manor'ம் கண்ணில் பட்டத் தருணத்தை சபித்தான். உள்ளே நுழைந்தவன் அங்கிருந்தப் பொருட்களை அதிசயத்துடன் பார்த்துக்கொண்டுதான் சென்றானே தவிர, எதையும் வாங்கும் எண்ணமோ வாங்கும் அளவு பணமோ அவனிடம் கொஞ்சம் கூட இல்லை என்பதை உணர்ந்தே தான் இருந்தான், அந்த ஆரரியைப் பார்க்கும் வரை. அதைப் பார்த்தவுடன் அதைக் கையில் எடுத்துக்கொள்ளும் அவசரம் ஒன்று அவனைத் தொற்றிக்கொண்டது. அதன் அருகே வைக்கப்பட்டிருந்த விலைப் பதாகை அவனுக்குக் கொஞ்சம் ஆச்சர்யமூட்டத்தான் செய்தது. 'இப்படி ஒரு பொருளுக்கு இவ்வளவு குறைந்த விலையா?' என்று. அருகில் நின்றிருந்தவரிடம் கேட்டான் அந்தப் பொருளை வாங்குவதற்கான வழிமுறை என்னவென்று. விலைப் பதாகையை எடுத்துக்கொண்டு ரிசப்ஷனில் கொடுங்கள் என்று அவர் சொன்னதற்கேற்ப அவன் கொடுத்து, அதற்குரிய விலையை டெபிட் கார்டில் இருந்து கொடுக்க, அடுத்த பத்தாவது நிமிடத்தில் ஆரரியைத் தூக்கிக்கொண்டு டாக்சியில் ஏறியிருந்தான்.

இப்போது என்ன செய்வது என்றுத் தெரியவில்லை. ரோஸலின் விட்மோர் கேட்டது போல் அவர்களுக்கு விற்றுவிடலாமா என்று யோசித்தான். ஆனால் அதற்கும் அவனுக்கு மனம் வரவில்லை. எந்த முடிவும் எடுப்பதற்கு முன் இதை பற்றி முழுமையாகத் தெரிந்துகொள்ள வேண்டும் என்று முடிவெடுத்தான்.

"இந்தக் கட்டுரை எந்தப் பத்திரிகையில் வந்ததென்று உனக்கு நினைவிருக்கிறதா, ஜே? அது ஆன்லைனில் இருக்குமல்லவா?" என்றான் ரஃபிக் தலையைத் தூக்கித் தன் நண்பனைப் பார்த்து.

"ஆன்லைனில் என்ன தான் இல்லை?" என்ற ஜே தன் போனை எடுத்து ஏதோ டைப் செய்துத் தட்டினான்.

"லிங்க்கை உனக்கு அனுப்பியிருக்கிறேன், எடுத்துப் பார்", என்றான் ரஃபிக்கிடம்.

குப்புற வைத்திருந்த தன் போனை எடுத்துப் பார்த்த ரஃபிக்கின் முகம் குழப்பமாய் சுருங்கியது. திரையில் கொட்டை எழுத்தில் பளிச்சிட்டது ஒற்றை வார்த்தை.

"GOTCHA!!!"

இதுவரைக் கேட்ட வார்த்தைகளுக்கும் இப்போது பார்க்கும் வார்த்தைக்கும் இருக்கும் தொடர்பை மனம் உணர மறுக்க, இயங்க மறுத்து ஸ்தம்பித்த அவன் மூளைக்கு அதிர்ச்சி வைத்தியம் கொடுத்தது ஜேயின் வெடிச் சிரிப்பு. போனிலிருந்துத் தலையைத் தூக்கியவனின் பார்வையில் பட்டது அவன் நண்பன் கண்களில் நீர் வடிய வயிற்றைப் பிடித்துக் கொண்டு சோபாவில் கிடந்தது சிரிக்கும் காட்சி. கட்டுப்படுத்த முடியாமல் சிரிக்கும் நண்பனையும் போனையும் மாறி மாறிப் பார்த்தவனின் நியூரான்கள் இரண்டுக்குமான இணைப்பை சட்டென மின்சாரமாகப் பாய்ச்ச, "அடப்பாவி!" என்று பாய்ந்தான் ஜேயின் மீது. ரஃபிக்கின் கைகளிலிருந்து விழுந்த சரமாரிக் குத்துகளும் வாயிலிருந்து உதிர்ந்தத் தமிழின் ஆகச் சிறந்த ஜேக்குப் புரியாத வசவுகளும் அவனின் சிரிப்பைக் கொஞ்சமும் மட்டுப்படுத்தவில்லை.

"உன் முகத்தை போட்டோ எடுக்காமல் விட்டேன். எடுத்திருந்தால் அருமையான GIF ஆக்கியிருக்கலாம்", என்றவனின் தலையில் பறந்து வந்து விழுந்தது சோபா குஷன் ஒன்று.

"உன்னை ஏமாற்றுவது இவ்வளவு சுலபம் என்றது தெரியாமல் போய்விட்டது", என்றவனின் முகத்தை நோக்கிப் பறந்து வந்தது மற்றுமொரு குஷன்.

தூக்கி ஏறிய குஷன்களை சுற்று முற்றும் தேடிய ரஃபிக், எல்லாவற்றையும் ஜேயின் மீது எறிந்துவிட்டதை உணர்ந்து சரிந்து அமர்ந்தான் சோபாவில். தான் ஏமாந்ததை நினைத்து அவனுக்கே சிரிப்பு வந்தது.

"உனக்கு பியரும் கிடையாது, ஒரு மண்ணும் கிடையாது", என்றான் ஜேயைப் பார்த்து.

"உன்னுடன் பியர் குடிப்பது, no fun, dude. எனக்கு வாங்கிக்கொடுத்துவிட்டு நீ வேடிக்கை பார்ப்பாய். Relax, my friend. இன்று உனக்கு டின்னர் என் உபயம், பிராயச்சித்தமாய்".

"உனக்கு இவ்வளவு கற்பனை வளம் இருக்குமென்று நான் கொஞ்சமும் நினைக்கவில்லை. அத்தனையும் கட்டுக்கதையா, ஜே?"

"Gregory Grand காணாமல் போனது உண்மைதான். அதில் எந்தக் கட்டுக்கதையும் இல்லை. மற்றவைகள் எல்லாம் என் கற்பனையிலிருந்து வந்தது என்று என்னாலேயே நம்பமுடியவில்லை. சுற்றாமல் நிற்கும் சனி கிரகத்தைப் பார்த்தவுடன் என் கற்பனை ஊற்றெடுத்துவிட்டது", என்றான் ஜே.

"இதற்காகத்தான் என்னிடம் மறுபடி மறுபடி கேட்டாயா, ரோஸலின் விட்மோர் ஏதாவது சொன்னார்களா என்று?"

"அவர்கள் ஏதேனும் சொல்லியிருந்தால் என் கதை என்னாவது? அதனால் தான் உன்னிடம் அத்தனை முறை கேட்டு உறுதிப்படுத்திக்கொண்டேன்".

"இத்தோடு உன் கற்பனையை மூட்டைக் கட்டி வைத்துவிடு, நண்பா. இன்னொரு கதையைக் கேட்கும் சக்தி என்னிடம் இல்லை", என்றபடி ஆரரியைத் தூக்கிச் சென்று அவன் படுக்கை அறையில் வைத்துவிட்டு வந்த ரஃபிக் வீட்டின் கதவைப் பூட்டிக்கொண்டு ஜேயுடன் வெளியேறினான், அவனின் பிராயச்சித்த டின்னருக்கு.

இளமையின் உச்சத்தில் இருந்த அந்த இரண்டு இளைஞர்களின் வாழும் வேட்கையில், இந்தச் செல்ல ஏமாற்றம் சில மாதங்களில் மொத்தமாய் மறக்கப்பட்டது. கிட்டத்தட்ட மூன்றரை ஆண்டுகள் கழித்து ஆபிஸுக்கு வராத நண்பனுக்குப் போன் செய்த ஜே, அடித்த கால்கள் அத்தனைக்கும் பதில் இல்லாமல் போகவே, உடல்நிலை சரியில்லாமல் இருக்கிறானோ என்ற சந்தேகத்துடன் நேரே ரஃபிக்கின் அபார்ட்மெண்டிற்குச் சென்று அழைப்பு மணியை அழுத்தியும் பதில் இல்லாததால், அபார்ட்மெண்டின் சூப்பர்வைசரிடம் நிலைமையைக் கூறி, அவரிடம் இருந்த சாவியைக் கொண்டுக் கதவைத் திறந்து இருவரும் உள்நுழைந்து பார்க்க, காலியாயிருந்தது ரஃபிக்கின் வீடு. 'நேற்றிரவு தானே பிறந்தநாள் பார்ட்டி கொடுத்துவிட்டு வீட்டிற்கு வந்தான்', என்ற எண்ணத்துடன் வரவேற்பறையை நோட்டம் விட்ட ஜேவிற்கு அடிவயிற்றில் சிலீரென்று ஏதோ பிசைய, அவசரமாகத் தன் போனை எடுத்து கூகுளில் முந்தய இரவின் சந்திர நிலையைத் தேடினான். கூகுள் நேற்றிரவு 'Blue Moon' பௌர்ணமி என்றது. சுளீரென்று பின் மண்டையில் நினைவு ஒன்று குடைய, அவசரமாய் படுக்கையறையில் நுழைந்தவன் கண்ணில் பட்டது படுக்கைக்கு அருகில் இருந்த மேஜையில் கம்பீரமாய் அமர்ந்திருந்த ஆரரி. தடதடக்கும் இதயத்துடனும் நடுங்கும் கைகளு-

டனும் ஒற்றை உருண்டையின் மேல் பார்வையைப் பதித்து கைப்பிடி சுழற்றி அதை இயக்க, நீள்வட்ட சுற்றுப் பாதையில் சுழன்று சுற்றியது சனி.

[1] சூரியக் குடும்பத்தின் இயந்திர மாதிரி

[2] கொள்ளுத்தாத்தா

4

ஓவியம்

"இங்க பெயிண்டர் ஆறுமுகம்...?"

"என்ன வேணும் சொல்லுங்க".

"இல்ல, பெயிண்டரைப் பாக்கணும்".

"நாந்தான்... சொல்லுங்க".

இப்போது ஊன்றிப் பார்த்தான் அவரை. வயது நாற்பதுக்கு மேலோ, ஐம்பதுக்கு மேலோ... தெரியவில்லை. பரட்டையாய்க் கலைந்து ஆங்காங்கே வெள்ளைத் துகள் அப்பியிருந்தத் தலையில் நரை தனியாய்த் தெரிந்தது. பெயிண்டர்களுக்கே உரித்தான ஒரு பழைய பெயிண்ட் கறைகள் அப்பிய டி-ஷர்ட்டும் லுங்கியும் அணிந்திருந்த அந்த ஒடிசலான உருவத்தைப் பார்த்ததில் அவனுக்கு சற்று சந்தேகம் வந்தது, அவனுக்கு வேண்டிய காரியத்தை முடித்துக் கொடுப்பாரா எதிரில் இருப்பவர் என்று.

"படம் ..." என்று இழுத்தான்.

"படம் வரையணுமா?" என்று கேட்டார் பெயிண்டர்.

ஆமென்று தலையசைத்தான்.

"இந்த வயசுலயேவா?"

அந்தக் கேள்விக்கு பதில் ஏதும் அவனிடம் இல்லாததால் அமைதியாய் இருந்தான்.

"மத்ததெல்லாம் முயற்சி பண்ணிட்டியா?"

மறுபடியும் ஆமென்று தலையசைத்தான்.

"குடும்பம்?"

"அண்ணன் மட்டும். அம்மா அப்பா போய்ச் சேந்துட்டாங்க".

"பொண்டாட்டி, புள்ள?"

"யாரும் இல்ல".

"ம்ம்ம்... பொண்டாட்டி, புள்ள இருந்தா படம் வரைஞ்சு தரமாட்டேன்".

"இல்லீங்க. அப்பிடி எந்த நெனப்பும் கூட இதுவரைக்கும் வரல".

"உன்ன நம்பி வேற யாரும் இருக்காங்களா? அண்ணன் எப்பிடி?"

"அண்ணனுக்குக் கல்யாணம் ஆகி ஒரு பையன் இருக்கான். ஏதோ அவங்க அளவுல அவங்க இருக்காங்க. என்னய நம்பி அவங்க இல்ல. அவங்கள நம்பித்தான் இத்தனை நாளு நான் இருந்தேன். இனியும் அவங்களுக்கு பாரமா இருக்க வேணாம்னு தான்...".

"சாவறதுக்கு முயற்சி பண்ணியா?"

"அதுக்கு தைரியம் இருந்தா நான் ஏன் உங்ககிட்ட வரப்போறேன்?"

மேலும் கீழும் அவனைப் பார்த்தார் பெயிண்டர் ஆறுமுகம். முப்பதைத் தொடாத வயது. கிடைக்கும் போது கிடைப்பதை சாப்பிடுவதைக் காட்டும் தேகம். துவைத்து துவைத்து இற்றுப்போன துணிகள். முகத்தில் மூன்று நாள் தாடி. அவரைப் பார்க்க வருவதற்காக மண்டிக் கிடந்த முடியில் அரக்கப் பரக்க இழுத்த சீப்பின் அறிகுறி. அவரைப் ப்ரத்யேகமாகத் தேடி வருபவர்களின் கண்களில் ததும்பி வழியும் தப்பிக்க வழியில்லாமல் அகப்பட்டுக்கொண்ட மிரட்சி. இவரைப் பற்றி எப்படித் தான் தெரியுமோ? எப்படியாவது தேடி வந்துவிடுகிறார்கள் இவனைப் போல்.

"சரி, போட்டோ வேணுமே. வச்சிருக்கியா?"

"போட்டோவா?"

"பாத்து வரைய".

"இல்லீங்களே".

"அது இல்லாம எப்பிடி? போயி ஒனக்கு பிடிச்ச போட்டோ ஏதாவது இருந்தா எடுத்துட்டு வா".

"எங்கிட்ட எதுவும் இல்லீங்களே".

"அப்ப உங்க அண்ணங்கிட்ட இருக்கான்னு கேளு. போட்டோ இல்லாம முடியாது".

"சரிங்க".

"எடுத்துட்டு வீட்ல வந்து பாரு. இடம் ஞாபகம் இருக்குல்ல?"

"ம். அங்கதான் போனேன். உங்க வீட்ல தான் இங்க அனுப்புனாங்க".

வேறு எதுவும் பேசாமல் அங்கிருந்து நகர்ந்தான். சற்றுத் தூரம் சென்றபின் திரும்பிப் பார்த்தான். பெயிண்டர் ஆறுமுகம் பாதியில் விட்ட காம்பௌண்ட் சுவரின் பெயிண்டிங் வேலையைத் தொடர்ந்துகொண்டிருந்தார். சற்று நேரம் அவரையே சிந்தனையுடன் பார்த்துக்கொண்டிருந்தவன் சட்டென்று தலையை உதறிக்கொண்டு நடக்க ஆரம்பித்தான். தெருவின் முனையைத் திரும்பியதும் அண்ணனுக்கு அலைபேசியில் மிஸ்டு கால் கொடுத்தான். அவன் அலைபேசியில் பேலன்ஸ் தீர்ந்து வெகு நாட்களாகியிருந்தது.

"என்னடா, ரெண்டு நாளா போனே காணோம்?" என்றான் அண்ணன் அடுத்த இரண்டு நிமிடங்களில்.

"இல்லண்ணே, நேர்ல வரலாம்னு தான்..."என்று மழுப்பினான்.

"சரி, ராத்திரி சாப்புட வந்துடு" என்றபடி போனைக் கட் செய்தான் அண்ணன்.

"என்னங்க, தம்பி நேர்ல வர்றாராக்கும்?" என்றாள் கோமதி.

"ம்".

"பணம் வேணும்னாதான் வீட்டுக்கு வருவாரு. இன்னும் குடுக்க நம்மகிட்ட மட்டும் ஏதுங்க?"

"வாஸ்தவந்தான். ஆனா அவனுக்கு நம்மள விட்டா வேற யாரு இருக்கா, கோமு?"

"வாஸ்தவந்தான். அவருக்கு நம்மள விட்டா யாரும் இல்ல. நமக்கும் நம்மள விட்டா வேற யாருங்க இருக்காங்க?"

"என்ன கோமு பண்ணறது? அம்மா அப்பா போனதுக்கப்புறம் சின்ன வயசுல இருந்து நான் தூக்கி வளர்த்த பையன். உனக்குத் தெரியாததா? நீதான சொல்லுவ, தம்பிதாங்க நமக்கு மூத்த புள்ளைன்னு".

"ஆமாங்க. இல்லைன்னு சொல்லலையே. ஆனா ஒரு விஷயம் நீங்க புரிஞ்சுக்கலையோன்னு தோணுது. கன்னுக்குட்டியைத் தூக்கி சுமக்கலாம். காளை மாட்ட தூக்கி சுமக்க முடியாது".

"எனக்கும் தெரியாம இல்ல, கோமு. பாவம், அவனும் என்னதான் பண்ணுவான்? படிப்பு வரல. உடம்பும் நோஞ்சான். படிச்சவன் பாக்குற வேலைக்கும் போகமுடியலை, படிக்காதவன் உழைக்கிற உழைப்புக்கும் உடம்பு இல்ல. வச்சுக் குடுத்த கடைய நடத்தவும் சாமர்த்தியம் பத்தலை. போட்ட முதலும் போயி, இப்பக் கடன் தான் நிக்குது".

"அந்தக் கடன் அவரு தலைல இல்ல. நம்ம தலைல. அது நாம வாங்குன கடன். அத அடைக்கறதுக்கே இன்னும் எத்தனை வருஷம் ஆகுமோ? அடைச்சப்புறம் நாம கொஞ்சம் மிச்சம் பிடிச்சு நம்ம பையன் எதிர்காலத்துக்கு பாக்கணும்".

"எனக்கும் தெரியுது, கோமு. இப்ப என்ன பண்ண சொல்ற? வீட்-டுக்கு வரேன்னு சொல்றவன வரவேண்டாம்னா சொல்ல முடியும்? அவன் வேற எங்க போவான்?"

"தம்பிய வீட்டுக்கு வரவேண்டாம்னு நான் சொல்றதா நீங்க நெனச்-சிட்டு என்னய கல்நெஞ்சக்காரி ஆக்காதீங்க. நான் சொல்ற ஒரே விஷ-யம் இது தான் - காசு, பணம்னு இன்னும் குடுக்கறதுக்கு நம்மகிட்ட எதுவும் இல்ல. வேணும்னா அவரு இருக்கற ரூமைக் காலி பண்ணிட்டு ஒரேடியா இங்க வந்து இருக்கட்டும். பாக்கி இருக்கற ரூம் வாடகையை வேணா நம்ம குடுத்துடலாம். அதோட போகட்டும் பணம். நாம சாப்பிடுற சாப்பாட்டை அவரும் சாப்பிடட்டும். எவ்வளவு நாள் நம்மளால முடி-யுமோ அவ்வளவு நாள் நாம பார்த்துக்குவோம். ஆனா காசா, பணமா நயா பைசா குடுக்கறதுக்கு இனிமே நான் சம்மதிக்க மாட்டேன்".

"நீ சொல்றதும் சரிதான், கோமு. ரூம் அட்வான்ஸ் போக வாடகை எவ்வளவு பாக்கி இருக்குன்னு கேட்கலாம். இன்னிக்கு அவன் வரட்டும். அவன்கிட்ட பேசி ஒரு முடிவுக்கு வந்துடலாம்".

இரவு ஏழு மணி வாக்கில் வீட்டிற்கு வந்தவன் அதிசயமாய் இனிப்-புகளும் அண்ணன் மகன் சுரேஷிற்கு சாக்லெட்டுகளும் வாங்கி வந்-திருந்தான். அண்ணனையும் அண்ணியையும் நிற்கவைத்துக் கால்களில் விழுந்து வணங்கினான். தனக்கு வெளியூரில் ஒரு வேலைக் கிடைத்-திருப்பதாகவும், நண்பனுக்கு நண்பனின் கம்பெனியில் செக்யூரிட்டி வேலைக்குச் சேர்ந்திருப்பதாகவும் ஓரிரு நாட்களில் கிளம்ப வேண்டும் என்றும் கூறினான். கொடுத்திருக்கும் அட்வான்ஸ் ரூம் வாடகைக்கு சரி-யாகப் போய்விடும் என்றும், கிளம்பும் அவசரத்தில் வரமுடியாமல் போக-லாமென்பதால் இன்று வந்து பார்த்துவிட்டு போக வந்ததாகவும் கூறி-னான். 'அந்த வேலையை இங்கேயே செய்யக்கூடாதா, ஏன் வெளியூர் செல்ல வேண்டும்', என்று கேட்ட அண்ணனிடம் அவனை முந்திக்-கொண்டு அவன் அண்ணி, 'போயிட்டு வரட்டுங்க. அப்பத்தான் உலகம் தெரியும்', என்று கூறியதை அவசரமாக அவனும் தீவிரமாக ஆமோ-தித்தான். தங்குமிடம், உணவு என்று விசாரித்த அண்ணனிடம் எல்லாம்

கம்பெனியேப் பார்த்துக்கொள்ளுவதாகக் கூறினான். சற்றுக் கவலையுடனேயே அவனைப் பார்த்துக்கொண்டிருந்த அண்ணனிடம் எதுவும் கவலைப்படவேண்டாமென்றும் போகும் இடம் மிகவும் நல்ல இடமென்றும் கூறி அவனை சமாதானப்படுத்தினான்.

அதிசயமாய் அன்றிரவு உணவு சிரிப்பும் பேச்சுமாய் முடிந்தது. தூக்கக் கலக்கத்தில் சொக்கி விழுந்த சுரேஷை கவனமாய்த் தூக்கிச் சென்று படுக்கையில் கிடத்திவிட்டு அண்ணனுடன் முன் அறைக்கு வந்தான்.

"ஏண்ணே, போட்டோ ஆல்பம்ன்னு ஏதாச்சும் உங்கிட்ட இருக்கா என்ன?" என்று கேட்டான்.

ஆச்சர்யமாய் அவனைப் பார்த்த அண்ணனிடம், "இல்லண்ணே, அம்மா அப்பா முகமே மறந்துபோச்சு. ஏதாவது போட்டோ இருந்தா ஊருக்கு எடுத்துட்டுப் போலாம்னுதான் கேட்டேன்", என்றான்.

பீரோவிலிருந்து ஒரு பழைய ஆல்பத்தை எடுத்து வந்த அண்ணனிடமிருந்து ஆவலாய் அதை வாங்கினான். அருகில் அமர்ந்த அண்ணன் அதில் இருக்கும் போட்டோக்களைப் பற்றி ஒவ்வொன்றாய் சொல்லிக்கொண்டே வர சுவாரஸ்யமாய் கேட்பது போல் பார்த்துக்கொண்டே வந்தான். அநேகமாய் எல்லாம் கல்யாண வீடுகளிலும் ஏதாவது விசேஷங்களிலும் எடுத்த போட்டோக்களாய் இருந்தன. எந்தப் போட்டோவும் அவன் எதிர்பார்த்த மாதிரி இல்லை என்பதால் அடிவயிற்றில் கூடிக்கொண்டே செல்லும் கலக்கத்துடன் பக்கங்களைத் திருப்பிக் கொண்டே வந்தவனின் பார்வை சட்டென்று நின்றது ஒரு போட்டோவில்.

"இது எப்பண்ணே எடுத்தது?" என்றான் அந்த போட்டோவைக் காட்டி.

"இது நம்ம பக்கத்து வீட்டு சுந்தரம் மாமா எடுத்தது. அப்பா சொல்லியிருக்காரு. ஞாபகம் இருக்கு", என்றபடி பிளாஸ்டிக் கவரிலிருந்து அந்த போட்டோவை அவன் அண்ணன் வெளியே எடுத்தான்.

போட்டோவில் அவர்கள் வீட்டின் முகப்புத் தெரிந்தது. அப்பாவும் தாத்தாவும் ஆளுக்கொரு திண்ணையில் அமர்ந்திருக்க, அப்பாவின் அருகே தலைவாசல் நிலையில் சாய்ந்துகொண்டு அம்மா நின்றிருந்தார். மூவரின் கண்களும் வாசலின் முன் தெருவில் கோலி விளையாடிக்கொண்டிருந்த சிறுவர்களின் மீது பதிந்து, முகங்களில் புன்னகையை அப்பிவிட்டிருந்தது.

ஏழு-எட்டு வயது சிறுவர்கள் ஏழு பேர் தெருவில் கிடந்த கோலி குண்டுகளை சுற்றி குத்துக்காலிட்டு அமர்ந்திருக்க, ஒரு சிறுவன் ஒரு கோலியைக் குறி வைத்து அவனுடைய கோலிக்குண்டால் அதைத் தாக்குவதற்கு ஒரு கண் மூடி இடது கையை நீட்டி வலது கையைத் தூக்கியபடி நின்றுகொண்டிருந்தான். சுற்றி அமர்ந்திருந்த சிறுவர்கள் ஆறு பேர் முகங்களில் அவன் அடித்துவிடக்கூடாதே என்ற பதட்டம் அப்பட்டமாகத் தெரிய, ஒருவன் மட்டும் 'விட்றாத, அடி', என்பதான பாவனையுடன், நிற்கும் சிறுவனைப் பார்த்துக்கொண்டிருந்தான். கோலியை அடிப்பதற்கு நிற்கும் சிறுவன் அவன் தான் என்றும், 'விட்றாத, அடி', என்பதான பாவனையுடன் இருப்பவன் அவனுடைய அண்ணன் என்றும் அவனுக்குத் தெரிந்தது. மற்றவர்கள் அவன் நினைவில் இல்லை.

"சுந்தரம் மாமா மொதமொதல்ல செல்போன் வாங்குனப்ப அதுல என்னல்லாம் இருக்குன்னு காட்டுறதுக்காக இந்தப் போட்டோவை எடுத்து நம்ம வீட்ல காட்டிருக்காரு. செல்போன்ல போட்டோவைப் பாத்ததும் அம்மா அப்பாகிட்ட அது போட்டோவா வேணும்னு கேட்டிருக்காங்க. அப்பா சுந்தரம் மாமாட்ட சொல்ல, அவரு அதப் பிரிண்ட் போட்டுக் கொண்டுவந்து குடுத்துட்டாரு", என்றபடி அந்தப் போட்டோவை அவனிடம் நீட்டினான் அண்ணன்.

"இதுல தான் நாம எல்லோரும் இருக்கோம். மத்ததெல்லாம் சும்மா விசேஷ வீட்டு போட்டோ தான். இத எடுத்துட்டு போ. அம்மா, அப்பா, தாத்தா எப்பவும் கூட இருக்கற மாதிரி இருக்கும்".

இரண்டு கைகளில் பயபக்தியுடன் வாங்கி கண்களில் ஒற்றிக்கொண்டான் அவன். விடைபெறும் முன் அண்ணனையும் அண்ணியையும் நிற்க வைத்து மறுபடியும் கால்களில் விழுந்து வணங்கி திருநீறு பூசிவிடச் சொன்னான். அண்ணனுக்குத் தொண்டை அடைக்க, அண்ணி கம்மிய குரலில், "போற எடத்துல நல்லா இருங்க, தம்பி", என்று நா தழுதழுக்க ஆசிர்வதித்து வழியனுப்பி வைத்தார்.

மறுநாள் காலை வெகு சீக்கிரமே பெயிண்டர் ஆறுமுகத்தின் வீட்டிற்குச் சென்றான், அவர் வேலைக்குக் கிளம்பும் முன் அவரைப் பார்த்து போட்டோவைக் கொடுத்துவிட வேண்டும் என்ற அவசரத்துடன். அவர் வீட்டு வாசலில் காத்து நிற்கும் போது அவனுக்குத் தோன்றியது இவர் பெயிண்டர் வேலை பார்க்கும் ஓவியரா அல்லது ஓவியர் வேலை பார்க்கும் பெயிண்டரா என்று. எது எப்படியோ, தனக்குப் படம் கிடைத்தால்

போதும் என்ற நினைப்புடன் போட்டோவை அவரிடம் கொடுத்தான்.

ஒன்றும் சொல்லாமல் அமைதியாய் போட்டோவை வாங்கிப் பார்த்தவர், "மூணு நாளு கழிச்சு வந்துப் படத்த வாங்கிட்டுப் போ", என்றார்.

"மூணு நாளா?" என்றவனிடம், "இத்தனை பேரையும் படம் போடணுமில்ல?" என்றார்.

"சரி", என்றுத் திரும்பிச் செல்ல இருந்தவனிடம், "வரப்போ ஒரு ரூபா கொண்டுட்டு வா. படத்த சும்மா தரமாட்டேன்", என்றார்.

மூன்று நாட்கள் கழித்து ஒற்றை ரூபாயுடன் மறுபடியும் பெயிண்டர் ஆறுமுகத்தின் வீட்டு வாசலில் காத்திருந்தவனிடம் நாணயத்தை வாங்கிக்கொண்டு பழைய செய்தித்தாளில் சுற்றிய சுருள் ஒன்றை நீட்டினார்.

"போற எடத்துல நீ நெனைக்கற மாதிரி இல்லைன்னா என்ன பண்ணுவ? போனா போனதுதான். திரும்பி வர முடியாது", என்றார் நீட்டிய சுருளை அவனிடம் முழுதும் கொடுக்காமல் கையில் வைத்துக்கொண்டே.

ஒன்றும் சொல்லாமல் மௌனமாய் தலை கவிழ்ந்து இருந்தவனை ஒரு கணம் ஊன்றிப் பார்த்தார் பெயிண்டர் ஆறுமுகம்.

"ஆக வேண்டிய காரியத்தையெல்லாம் முடிச்சிட்டுக் கடைசியாப் படத்தப் பிரி", என்றபடி அவனிடம் சுருளைக் கொடுத்துவிட்டுத் திரும்பிப் பார்க்காமல் வீட்டிற்குள் சென்றுக் கதவைத் தாழிட்டார்.

ரூமுக்கு வந்து ஆக வேண்டிய காரியங்கள் என்னென்ன என்று யோசித்தான். எதுவும் இல்லை. தெரிந்தவர்கள் சிலரிடமாவது அண்ணனிடம் சொன்னதையே சொல்லலாமா என்று யோசித்தான். வேண்டாம், தேவையற்றக் கேள்விகள் வரும். அவற்றை சமாளிக்க மேலும் மேலும் ஏதாவது கதைகள் சொல்லவேண்டி வரும் என்று அந்த யோசனையையும் விட்டான். அண்ணனைத் தவிர அவனைத் தேடுபவர்கள் யாரும் இல்லை என்பதும், அவனது இருப்பையே இரு நாட்களில் அவனைத் தெரிந்தவர்களும் கூட மறந்துவிடுவார்கள் என்பதும் அவனுக்குத் தெரிந்துதான் இருந்தது.

சட்டென்று ஆயாசம் அப்பியது அவனை. விவரம் தெரிந்ததிலிருந்து வாழ்க்கையோடு, வாழ்க்கைக்காக என்று போராடிப் போராடி ஓய்ந்து போயிருந்தான். வாழ்வுக் களத்தில் நிராயுதபாணியாக நின்றது மட்டுமல்லாமல் வாழ்வின் தாக்குதல்களையும் வாள் வீச்சுக்களையும் தடுக்கும் திராணியும் கூட வற்றிப் போய், போர்க் கைதியாகி நின்று கொண்டிருந்-

தான்.

கொண்டு வந்தக் காகித சுருளை ஓரத்தில் இருந்த காலுடைந்த மேஜையில், சிதறிக் கிடந்தப் பொருட்களை அள்ளி மூலையில் போட்டு-விட்டு, நடு நாயகமாக வைத்தான். இருப்பதிலேயே கொஞ்சம் சுமாராக இருக்கும் சட்டையையும் பேண்ட்டையும் எடுத்துக்கொண்டு குளித்து அவற்றை உடுத்தி வந்தான். கதவை உள்பக்கமாக தள்ளினால் திறந்து-கொள்ளும் படி லேசாகத் தாழிட்டுவிட்டு வந்து மேஜையின் முன் நின்-றான்.

செய்தித்தாளைப் பிரித்துக் கசக்கி மூலையில் எரிந்து விட்டு அவன் கொடுத்த போட்டோவைப் பார்த்து பெயிண்டர் ஆறுமுகம் வரைந்து கொடுத்தப் படத்தைப் பிரித்தான். போட்டோவை விட தத்ரூபமாக இருந்தது ஓவியம். மேஜை முழுக்க விரிந்திருந்த ஓவியத்தில் அம்மாவும் அப்பாவும் தாத்தாவும் கவலை இல்லாமல் சிரித்துக்கொண்டிருந்தார்கள். சூரிய ஒளியில் தெருவில் இருந்த புழுதித் துகள்கள் காற்றில் மின்னிப் பறந்தன. அமர்ந்திருந்த சிறுவர்களின் நெற்றியிலும் கன்னங்களிலும் வியர்வைத் துளிகள் வடிந்தன. நெஞ்சு விம்மியது அவனுக்கு. கவலை-யில்லாத வாழ்வின் உருவமாய் இருந்தது அந்த ஓவியம்.

கண்ணில் திரண்ட துளி இமை தாண்டி வடிய, கோலிக்குண்டை குறிபார்க்கும் தன் உருவத்தின் மீது ஆசையாய்க் கை வைத்துத் தடவி-னான். தடவிய அவன் கை தீட்டப்பட்டிருந்த ஓவிய வண்ணங்களில் கரைந்து கலக்க, சட்டென்று உள்ளிழுக்கப்பட்டுக் காணாமல் போனான் ஓவியத்தினுள்.

5

புத்தகம்

ஏதோ ஒரு வருடத்தின் ஏதோ ஓர் ஊரின் ஏதோ ஒரு புத்தகக் கண்-காட்சியில் தான் அந்தப் புத்தகத்தைப் பார்த்தேன். இரண்டு பெரும் பதிப்பாளர்களின் இரண்டு பெருத்த ஸ்டால்களுக்கு இடையே, ஒரு கொழுத்த புத்தகத்தின் நடுவே சொருகப்பட்ட புக்மார்க்கைப் போல், திணறி நின்றிருந்தது அந்த ஸ்டால்.

உள்ளே இடம் கொள்ளாமல் வெளியே பிதுக்கப்பட்டிருந்த புத்தகங்-கள் இரு பக்கத்து ஸ்டால்களிலும் இறைந்து கிடைக்க, போடப்பட்டிருந்த ஒற்றை மேசையின் மீது இருந்த ஒரே ஒரு புத்தகத்தைத் தவிர வேறு எதுவும் இன்றிக் காலியாயிருந்தது அந்த ஸ்டால்.

ஒற்றைப் புத்தகத்தின் ஒற்றைப் பிரதிக்கு ஒரு ஸ்டாலா? ஆச்சர்யமா ஆவலா என்று அறிவதற்குள் கைகள் அந்தப் புத்தகத்தை எடுத்தி-ருந்தன.

வெள்ளை அட்டையில் **'புத்தகம்'** என்ற கருப்பு எழுத்துக்களைத் தவிர வேறு எதுவும் இல்லை. எழுதியவரின் பெயரோ, பதிப்பகத்தின் முகவரியோ எதுவும் இல்லை. பின் அட்டையைத் திருப்பிப் பார்த்ததில் நூற்குறிப்போ ஆசிரியரைப் பற்றியோ எதுவும் இல்லாமல் வெறுமையான வெள்ளையாயிருந்தது.

"வாங்கிக்கறீங்களா?"

திடுக்கென்று தலை நிமிர்த்திப் பார்த்தேன். மார்பு வரைத் தொங்கிய வெள்ளை தாடியும், தோள்கள் வரைத் தொங்கிய நரைத்த முடியுமாய் கண்களில் புன்னகை வழிய முன்னே நிற்பவரை ஸ்டாலில் பார்த்த

மாதிரி நினைவில்லை.

"என்ன புக் இது? எதுவுமே போடலையே?"

"உள்ள போட்டிருக்கே, பாக்கலையா?"

அட்டையைப் பிரித்து முதல் பக்கத்தைப் பார்த்தேன்.

"ஹலோ", என்றிருந்தது.

வேறு எதுவும் இல்லை.

மற்ற பக்கங்களை விசிறிப் பார்த்தேன். வெறும் வெள்ளைத் தாள்கள்.

"ஒரு வார்த்தையைத் தவிர வேற எதுவும் இல்லையே. இது என்ன தான் புக்?"

"நீங்க தேடற புக் தான்".

"நான் தேடற புக்கா? நான் புக் வாங்கணும்னே வரலையே இங்க".

"சரி, அப்போ உங்களைத் தேடற புக்னு வேணும்னா வச்சுக்கோங்க".

"என்னையத் தேடற புக்கா? என்ன கிண்டல் பண்றீங்களா?"

"அதுக்கா ஸ்டால் போட்டு உக்காந்திருக்கேன்?"

"சரி, பின்ன எதுக்கு?"

"நீங்க வருவீங்கன்னு தான்".

"என்னது, நான் வருவேன்னா? நான் வருவேன், இங்க வந்து நிப்பேன்னு எனக்கேத் தெரியாது. உங்களுக்குத் தெரிஞ்சு நீங்க உக்காந்திருக்கீங்களா நான் வருவேன்னு . . .? என்ன மறுபடியும் கிண்டலா?"

"நீங்களே சொல்லுங்க... எவ்வளவு பேர் இப்போ இங்க இருக்காங்க? எல்லா ஸ்டால்லையும் எவ்வளவு கூட்டம் நிக்குது . . .? இங்க யாரு இருக்கா உங்களைத் தவிர?"

சுற்றிலும் பார்த்தேன். விடுமுறை தினமாதலால் கூட்டம் அலைமோதியது. எனக்கு இருபுறமும் இருக்கும் ஸ்டால்களில் உள்ளே நுழைய இடமில்லாமல் வெளியேக் காத்து நின்றன மனித உடல்கள்.

"ஒத்த புஸ்தகத்த வச்சிருந்தா யாரு வருவா?"

"ஒத்த புஸ்தகம் இல்லை. ஒருத்தருக்கான புஸ்தகம்".

"சரி . . . நீங்க சொல்றபடியே வச்சுக்குவோம். இது ஒருத்தருக்கான புஸ்தகம்னு, அந்த ஒருத்தர் யாரும் வரலைன்னா . . .?"

"அடுத்தக் கண்காட்சிக்குப் போகணும்".

"அப்பிடி எத்தனை கண்காட்சிக்குப் போயிருப்பீங்க?"

"எத்தனை கண்காட்சிக்குப் போயிருந்தா என்ன? இப்போ இங்க இருக்கேன். வாங்கிக்கறீங்களா?"

"ஒண்ணுமே இல்லாத புக்கை எப்பிடி வாங்கறது?"

"ஏன்...? இனிமே இருக்கலாமில்லையா?"

"என்னது? இனிமே இருக்குமா? என்ன மறுபடியும் கிண்டலா?"

"இல்லையே".

ஊன்றிப் பார்த்தேன் அவரை. எந்தச் சலனமுமில்லாமல் சிறு புன்னகையுடன் என் பார்வையை எதிர்கொண்டார்.

ஒன்றும் புரியாமல் மறுபடியும் முன் அட்டையைத் திறந்து பார்த்தேன்.

முதல் பக்கத்தில் இருந்த ஒற்றை வார்த்தை "ஹலோ"வும் இப்போது இல்லை.

திடுக்கிட்டு அவரைப் பார்த்தேன்.

"என்ன இது . . . 'ஹலோ' கூட இப்ப இல்லை? வெத்துக் காகிதமா இருக்கு எல்லாம்?"

"இனிமே தான் எழுதிக்கணும்", என்றார் மேலும் ஆழமான புன்னகையுடன்.

அந்த விளையாட்டை மேலும் தொடர விருப்பமின்றி புத்தகத்தை மேசை மேல் வைத்துவிட்டு நகர்ந்தேன் எதுவும் சொல்லாமல். அவரும் எதுவும் பேசாமல் என்னையேப் பார்த்துக்கொண்டிருந்தார் புன்னகை மாறாமல்.

இரண்டு எட்டு கூட எடுத்து வைத்திருக்க மாட்டேன், சடாரென்றுத் திரும்பி வந்து மேசையில் இருந்த புத்தகத்தைக் கையில் எடுத்தேன்.

"எவ்ளோ?"

"நீங்க எவ்வளவு குடுக்கறீங்களோ அவ்வளவு".

அதிர்ச்சியடையும், ஆச்சர்யப்படும் நிலைகளையெல்லாம் அப்போது நான் கடந்துவிட்டிருந்தபடியால் எதுவும் சொல்லாமல், பர்ஸில் கைவிட்டுக் கிடைத்ததை உருவி மேசையில் வைத்துவிட்டு, புத்தகத்தைக் கையில் எடுத்துக்கொண்டுத் திரும்பிப் பார்க்காமல் நடந்தேன்.

வாங்கிய புத்தகத்தை மார்போடு அணைத்துக்கொண்டு, மீதமிருந்த ஸ்டால்களில் பார்வையை சுழலவிட்டுக்கொண்டு நடந்தாலும், மனம் மட்டும் நான் விட்டு வந்த ஸ்டாலிலேயே நின்றிருந்தது. கண்காட்சியை விட்டு வெளியேறும் வாசலுக்கு அருகில் வந்த போது சட்டென்று

தோன்றியது - 'வேறு யாரேனும் அந்த ஸ்டாலுக்கு முன் நின்றிருப்பார்களோ?' என்று.

தெரிந்து கொள்ளும் ஆவல் உந்தித் தள்ள, தேடிக்கொண்டே நடந்தேன், அடையாளமாய் இருந்த அந்த இரண்டு பெரும் பதிப்பாளர்களின் இரண்டு பெருத்த ஸ்டால்களை. அவற்றைக் கண்டவுடன் நின்றேன் ஒன்றும் புரியாமல்.

இரண்டிற்கும் நடுவே இடைச்செருகலாய் எதுவும் இல்லை. ஒரேத் தடுப்புப் பிரிப்பு இரண்டு ஸ்டால்களுக்கும் இரண்டு பக்க புத்தக அலமாரிகளைத் தாங்கி நிற்க, கூட்டம் இன்னமும் அங்கே வழிந்துகொண்டு தான் இருந்தது.

"இங்க உங்களுக்குப் பக்கத்துல இன்னொரு சின்ன ஸ்டால் இருந்ததே . . . அது எங்க காணோம்?" என்று கேட்டேன் பக்கத்து ஸ்டாலின் ஊழியர் ஒருவரிடம்.

"இன்னொரு சின்ன ஸ்டாலா? அப்படி எதுவும் இல்லையே இங்க. மொதல்ல இருந்து நாங்க தான் இருக்கோம்", என்றார்.

"இல்லீங்க . . . இருந்தது. இந்த புக் கூட அதுல தான் வாங்கினேன்", என்று கையிலிருந்த புத்தகத்தைக் காட்டினேன்.

புத்தகத்தையும் என்னையும் மாறி மாறி பார்த்தவர், "தெரியலீங்க", என்றுவிட்டு அவர் வேலையைப் பார்க்கப் போய்விட்டார்.

சிரிப்பு வந்தது எனக்கு. என் வாழ்க்கையில் இப்படி நான் ஏமாந்ததில்லை. ஏதேதோ ஏமாற்று வித்தைகளைப் பற்றியும் மோசடிகளைப் பற்றியும் கேள்விப்பட்டிருக்கிறேன். அப்போதெல்லாம் 'அவ்வளவு கூட மூளையில்லாமலா இருக்காங்க!' என்று எண்ணி சிரித்துக் கொள்வேன். இதோ . . . இப்போது . . . இங்கே . . . நானே . . .

'பர்ஸிலிருந்து எவ்வளவு எடுத்துக் கொடுத்தேன் என்று தெரியவில்லையே', என்று நொந்து கொண்டு பர்ஸை எடுத்துப் பார்க்க வலது கையிலிருந்த புத்தகத்தை இடது கைக்கு மாற்றும் போது கை நழுவி அது கீழே விழுந்து திறந்தது.

விழுந்ததை எடுக்க அனிச்சையாய்க் கீழே குனியும் போது கண்ணில் பட்டன பக்கங்கள் நிரப்பியிருந்த அச்சடித்த எழுத்துக்கள்.

சடாரென்று எகிறிய இதயத் துடிப்புடன் அவசரமாய்க் குனிந்து எடுத்து மொத்தமாய் விசிறிப் பார்க்கையில் வெள்ளைப் பக்கங்கள் முழுதும் விரவியிருந்தன கருப்பு வார்த்தைகள். கைகள் நடுங்க முதல் பக்-

கத்தைப் பிரித்தேன்.

“ஏதோஒருவருடத்தின்ஏதோஓர்ஊரின்ஏதோஒருபுத்தகக்கண்காட்சி-யில்தான்அந்தப்புத்தகத்தைப்பார்த்தேன்”, என்று ஆரம்பித்து நிகழ்ந்த-வைகள் அனைத்தும் நிரப்பியிருந்தன பக்கங்களை.

இதயத்தின் இரைச்சல் காதுகளுக்குள் அலையடிக்க இறுகப் பிடித்த விரல்களுடன் அவசரமாய்த் தேடி வாசித்த இறுதி வரிகள்...

"இதயத்தின்இரைச்சல்காதுகளுக்குள்அலையடிக்கஇறு-கப்பிடித்தவிரல்களுடன்அவசரமாய்த்தேடிவாசித்தஇறுதிவரி-கள்...“ஏதோஒருவருடத்தின்ஏதோஓர்ஊரின்ஏதோஒருபுத்தகக்கண்காட்சி-யில்தான்அந்தப்புத்தகத்தைப்பார்த்தேன்”.

6

எங்கே செல்லும் இந்தப் பாதை?

'எங்கேசெல்லும்இந்தப்பாதை?
யாரோயாரோஅறிவார்?'

பாடல் வரிகள் அவள் மனதில் தொடர்ந்து ஓடிக்கொண்டிருந்தன லூப்பில். சற்று ஏற்றமாக செல்லத் தொடங்கிய அந்த மலைப்பாதையில் நடப்பதற்கு சற்று சிரமமாகத் தான் இருந்தது. இதுவரை மலை வாசஸ்-தலங்களுக்கு சென்றதில்லையாதலால் எல்லாமே அவளுக்குப் புதிதாக இருந்தது. கண்ணுக்கெட்டிய தூரம் வரைத் தெரியும் பச்சையும் எப்போ-தும் காற்றில் கலந்திருக்கும் குளிரும் மனதிற்கும் உடலிற்கும் இதமாய் இருந்தபோதிலும் அவள் ஏற்கனவே எடுத்துவிட்டிருந்த முடிவை அவை-கள் மாற்றவில்லை.

சட்டென்று வீசிச்சென்றச் சில்லிட்டக் காற்று அவள் போட்டிருந்த ஸ்வெட்டரையும் மீறி அவளை லேசாய் நடுங்கச் செய்தது. 'ஜாக்கெட்-டைப் போட்டு வந்திருக்கலாமோ?' என்று அவளுக்குத் தோன்றிய சிந்-தனை அவளைப் புன்னகைக்கவைத்தது.

'சாகப்போகிறவள் குளிராமல் சாக வேண்டுமாம்!' என்று அவளையே அவள் கேலி செய்துகொண்டு நடந்தாள். எடுத்து வைத்த அடுத்த அடி-யில் சட்டென்று விரிந்தது அவளை மூச்சுவிட மறக்கச் செய்த மலைக்-காட்சி.

அவள் நடந்து வந்த ஒற்றையடிப் பாதை, அது ஒற்றையடிப் பாதை கூட அல்ல - வெறும் ஒற்றையடித்த தடம், ஏறிக்கொண்டே சென்று, சொல்லாமல் கொள்ளாமல் முடிந்தது அங்கொன்றும் இங்கொன்றுமாகப் பாறைகள் பொதிந்து கிடந்த சிறிய புல்வெளி ஒன்றில். தூரத்தில் அகண்டு நின்று வான் தொட்டது பச்சைப் போர்த்திய மலைத் தொடர். உச்சிகள் மேகங்களில் சொருகி நிற்க, முக்கால் வட்டமாய் மலை உடல்கள் மூடி நின்றன நிலத்தை.

ஆழ மூச்சிழுத்து சுற்றிலும் பார்த்துக் கொண்டு வந்தவளின் பார்வை அவள் நின்றிருந்த அந்தப் புல்வெளியின் ஒரு பகுதியில் நிலைகுத்தி நின்றது. அவளது தேவைக்கு அது சரியான இடமாயிருக்கும் என்று பட்டது அவளுக்கு. அந்த இடத்திற்குப் போவதற்கு அவள் கண்கள் செடிகளின் ஊடேயும் பாறைகளின் இடையேயுமாய் ஒரு பாதையைத் தேர்வு செய்தன. கண்கள் போட்ட பாதையில் அவள் கால்கள் முன்னேறிச் சென்றன. அவள் தேர்வு செய்த இடத்திற்கு சற்று முன்னே அவள் கொஞ்சம் நிதானித்தாள். மிகவும் கவனமாய் கால் வைக்கப் போகும் இடங்களை சரி பார்த்துக் கொண்டாள். சரி பார்த்த இடங்களில் கால் வைத்து மெதுவே முன் சென்றாள். மலையின் ஓரத்திற்கு வந்து நின்று ஜாக்கிரதையாய் எட்டிப் பார்த்தாள். அவளாய்க் குதிக்கும் முன் கால் இடறி தவறுதலாய் விழுந்துவிடக்கூடாது என்பதில் கவனமாய் இருந்தாள். தேடித் தேடித் தேர்வு செய்திருந்தாள் அந்த இடத்தை. கடைசித் தருணங்கள் ரம்மியமாயும் வலிகள் அற்றும் இருக்க வேண்டும் என்ற அவள் விருப்பத்தின் வடிவம் அந்த இடம். கைக்கு சிக்கிய காட்டுச் செடியைக் கெட்டியாய்ப் பிடித்துக்கொண்டு முடிந்த அளவு முன்னால் குனிந்து மலைமுகட்டிலிருந்துக் கீழே பார்த்தாள். பச்சைக் கம்பளம் அவளை வரவேற்கக் காத்துக்கொண்டிருந்ததைப் போல் தோன்றியது அவளுக்கு.

"குதிக்கப்போகிறீர்களா?"

பின்னால் இருந்து கேட்டக் குரல் ஏற்படுத்திய அதிர்ச்சியில் காட்டுச்செடியை அவள் பிடிக்காமல் இருந்திருந்தால் நிச்சயம் பள்ளத்தாக்கில் விழுந்திருப்பாள். சுதாரித்துக்கொண்டுத் திரும்பிப் பார்த்தாள். பதினைந்து, பதினாறு வயதுடைய டீன் ஏஜ் பெண் ஒருத்தி கொஞ்சம் தள்ளி நின்றுகொண்டிருந்தாள்.

"குதிக்கப்போகிறீர்களா?" என்றாள் அவள் மறுபடியும்.

சொல்வதற்கு பதில் ஏதும் இவளிடம் இல்லாததால் அமைதியாய் இருந்தாள்.

"நீங்கள் குதிப்பதற்கு முன் எனக்கு ஒரு உதவி செய்ய முடியுமா?"

இவளுக்கு சுள்ளென்று ஒருக் கோபம் வந்தது ஏனென்றேத் தெரியா-மல்.

"நான் குதிக்கத்தான் போகிறேன் என்று நீயாக எப்படி முடிவு செய்-யலாம்?" என்றாள் லேசான வீம்புக் கோபம் கலந்த குரலில்.

"என் யூகம் தவறாக இருந்தால், my apologies. இந்த இடத்திற்கு யாரும் வேறு எதற்காகவும் வருவதில்லை".

"இயற்கைக் காட்சியைப் பார்த்து இரசிப்பதற்காகக் கூட நான் வந்-திருக்கலாம் அல்லவா?"

"இருக்கலாம். எது எப்படி இருந்தாலும் இப்போது நீங்கள் எனக்கு ஒரு பத்து நிமிடங்கள் தந்து உதவமுடியுமா?"

குழப்பத்துடன் பார்த்தாள் உதவி கேட்கும் அந்த அறிமுகமில்லாத பெண்ணை. இவளை விட எப்படியும் எட்டு, ஒன்பது வருடங்களாவது இளையவளாய் இருக்கவேண்டும். ஜீன்ஸும் முழுக்கை கட்டம் போட்ட சட்டையும் அணிந்திருந்தாள். தலையில் அணிந்திருந்த ஹேர் பாண்ட் முகத்தில் முடிகள் விழாமல் ஒதுக்கிப் பிடித்திருந்தாலும், வீசியக் காற்றில் முகத்தில் முடிக்கற்றைகள் உரசிக்கொண்டுதான் இருந்தன. முழங்கால் வரை வளர்ந்திருந்த புற்களும் செடிகளும் அவள் கால்களைப் பாதி மறைத்திருந்தன.

தலை தூக்கிய லேசான எரிச்சலை முந்திக்கொண்டு இவளுக்கு ஓர் ஆர்வம் எட்டிப்பார்த்தது, மலையின் உச்சியில் சாவின் விளிம்பில் நின்-றுகொண்டிருக்கும் ஒரு பெண், முன்பின் பார்த்திராத இன்னொரு இளம்-பெண்ணுக்கு என்ன உதவி செய்துவிட முடியும் என்று.

"உங்களுக்கு வலது புறத்தில் ஒரு சிறிய பாறை இருக்கிறது. அதில் அமருங்கள்", என்றாள் இவளுக்கு சற்றுத் தள்ளி இருந்த பாறை ஒன்-றைக் காட்டி.

எதுவும் பேசாமல் கவனமாய் நடந்துசென்று அமர்ந்தாள் அவள் சுட்-டிக்காட்டிய பாறையில். மத்தியான வெயில் பட்டு பாறை சூடாகியிருந்-தது. அமர்ந்த இவள் தொடைகளின் வழி சூடு உடலில் ஏறி லேசாய் வியர்க்க வைத்தது. தண்ணீர் குடித்தால் நன்றாக இருக்கும் என்றுத் தோன்றியது.

"தண்ணீர் வேண்டும் போல் தோன்றுகிறதா? அவளுக்கும் அப்படித்-தான் தோன்றியது", என்றபடி அந்தப் பெண் முன்னால் சென்று சில நிமிடங்களுக்கு முன் இவள் நின்றிருந்த இடத்தில் நின்றாள், எந்தச் செடியையும் பிடித்துக்கொள்ளாமலேயே.

சட்டென்று எகிறிய இதயத்துடிப்புடன் அவள் என்ன செய்யப்போகி-றாள் என்று புரியாமலேயே அவளைப் பார்த்துக்கொண்டிருந்தாள் இவள். விளிம்பில் நின்ற அவள் வலது கையை அந்தரத்தில் நீட்டி முன்-னும் பின்னும் வீசினாள். வீசிவரும் குளிர்காற்றை விரல்கள் விரித்து வழிய விட்டாள். சட்டென்று இவளுக்கு முதுகுக் காட்டி நின்றவள் கீழே குனிந்து பார்த்தாள். எங்கோ ஒரு கழுகு கிறீச்சிட்டது. முதுகுத்தண்-டின் அடியிலிருந்து ஒரு சிலிர்ப்பு இவள் உச்சந்தலை வரை ஓட, சில நிமிடங்களுக்கு முன்தான் அதே இடத்தில் தான் நின்றிருந்ததை சுத்த-மாக மறந்துபோனாள். ஆபத்தின் ஓரத்தில் நின்றிருந்தவளைத் திருப்பி அழைக்கக் குரல் எழாமல், உடல் மொத்தமும் உறைந்து போய் கண்கள் நிலைகுத்தி அவளையேப் பார்த்துக்கொண்டிருந்தாள்.

"உங்களிடம் சொல்வதைப் போல் அவளிடம் சொல்வதற்கு யாரும் இல்லாததால் அவள் குதித்தாள், இதே இடத்திலிருந்து", என்றாள் அவள் திரும்பி வந்து இவளுக்கு சற்றுத் தள்ளி இருந்த மற்றொரு கல்-லின் மீது அமர்ந்துகொண்டு.

"உங்களுக்கு யாரவது சொல்லியிருக்கலாம், அல்லது நீங்கள் கற்-பனை செய்திருக்கலாம், இவ்வளவு உயரத்திலிருந்து மனித உடல் கீழே விழுந்தால் அந்த அதிர்ச்சியே இதயத்தை உறைய வைத்து இதயத்து-டிப்பை நிறுத்தி, உடல் தரையைத் தொடும் போது பிணமாய்த் தான் தொடும் என்று. அப்படித்தான் அவளும் நம்பியிருந்தாள். அந்த நம்பிக்-கையில் தான் அவளும் குதித்தாள் இங்கிருந்து. ஆனால் அது எப்பேர்-பட்டத் தவறான நம்பிக்கை என்று கீழேக் கிளைவிரித்திருந்த மரங்களின் மீது அவள் உடல் மோதும் போது அவளுக்குத் தெரிந்தது. உயிரில்-லாத வெற்று உடல்தான் தரையில் மோதித் தெறிக்கும் என்று நினைத்-துக் குதித்தவளுக்கு பரந்து விரிந்து கிடக்கும் மரங்களை சந்திக்க முழு நினைவோடும் உயிரோடும் தன் உடல் பயணப்படுகிறது என்று குதித்த சில நொடிகளில் புரிந்துவிட்டது. அவளின் அலறலை அலட்சியமாய் புறந்தள்ளிப் போய்விட்டது காற்று. மரங்களில் மோதப்போகும் கடைசி நொடியில் தன்னிச்சையாய் தலையைத் திருப்பிக் கொண்டாள் அவள்".

"மனித உடல் இவ்வளவு உயரத்திலிருந்து விழும் போது கிட்டத்தட்ட மணிக்கு இருநூறு மைல் வேகத்தை எட்டுமாம். அந்த வேகத்தில் தரையில் மோதினால் உள்ளிருக்கும் உறுப்புகள் அநேகமாய் வெடித்துவிடுமாம். இதயத்திலிருந்து இரத்தத்தை சுமந்து செல்லும் aorta இருதயத்திலிருந்து பிடுங்கிக் கொள்ளுமாம். ஆனாலும் இதயம் அதன் பின்னரும் சில நொடிகள் தொடர்ந்து துடித்துக்கொண்டிருக்குமாம். இதயம் வெளியேற்றும் இரத்தம் மூளைக்குச் செல்ல வழியில்லாததால் மூளை சில நொடிகளிலேயேத் தன் செயல்களை நிறுத்திக்கொள்ளுமாம், மண்டை ஓடு வெடித்து மூளை சிதறாமல் இருந்தால். அதிர்ஷ்டமிருந்தால் சாவு ஒரு சில வினாடிகளில் வந்து விடுதலைக் கொடுக்கும். அவளுக்கு அந்த அதிர்ஷ்டமில்லை".

தூரத்தில் விரித்திருந்த பார்வை சட்டென்று குவிந்து இவளைப் பார்க்க, இவளின் வெளிறிய முகமும், குறுகி உறைந்த உருவமும் அவள் கண்களில் பட்டாலும் அவள் மூளையில் பதிந்ததாகத் தெரியவில்லை. முழங்கால்களில் கைகளை ஊன்றித் தலையைக் கவிழ்ந்து ஆழ சில முறை மூச்சை இழுத்தவள் தலையை உதறிக்கொண்டு நிமிர்ந்து இவளைப் பார்த்தாள்.

அவள் வாயிலிருந்து வரும் ஒவ்வொரு வார்த்தையும் இவளை பாறையோடு பாறையாய் உறைய வைத்தது. பாறை சூட்டில் வியர்க்க ஆரம்பித்திருந்த இவளின் உடல் இப்போது சில்லிட்டிருந்தது. போட்டிருந்த ஸ்வெட்டரை இழுத்து இறுக்கினாள். இவள் இருப்பதையே மறந்தவள் போல் எதிரில் அமர்ந்திருந்தவளின் பார்வை எங்கோ தூரத்தில் வெறித்திருந்தது.

"அடர்ந்த காட்டு மரங்கள் அவள் விழுந்த வேகத்தை மட்டுப்படுத்தின. அனிச்சையாய்க் கைகளை நீட்டிக் கிடைத்தக் கிளையைப் பிடித்து விழுவதை நிறுத்த முயன்ற அவளால் என்ன செய்தும் அவள் உடல் மரங்களின் கிளைகளில் மோதி நொறுங்கும் வேகத்தைக் கட்டுப்படுத்த முடியவில்லை. இயற்பியலும் புவிஈர்ப்பு விசையும் மரக்கிளைகளும் அவளுடைய இளம் உடலை வளைத்து, நெளித்து, முறுக்கி, நொறுக்கிப் போட்டன. அவளுடைய வலது தோள் அவள் கிளைகளைப் பிடித்து நிறுத்தப் பார்த்த வேகத்தில் மூட்டிலிருந்து மொத்தமாய் கழன்று விட்டிருந்தது. இடது கையோ தோளிலிருந்து பிய்ந்து போய் அக்குளின் அடியில் சிக்கிய கிளையின் தயவால் மொத்தமாய் அறுந்துவிழாமல்

தோல் இழையில் தொங்கிக்கொண்டிருந்தது. இடது கன்னத்தில் குத்திய முறிந்த கிளையொன்று வலது பக்கமாய் வெளியேறி அவள் வலது கண்ணைப் பெயர்த்தெடுத்திருந்தது. நீட்டிய கிளைகளிலும் முறிந்த கொப்புகளிலும் சிக்கிய அவள் முடி விழுந்த வேகத்தில் மண்டை ஓட்டின் தோலோடு சேர்ந்து உரிந்துவிட்டிருந்தது. உடைந்த விழா எலும்புகள் இடது நுரையீரலைத் துளையிட்டிருந்தன. முதுகுத்தண்டு இடுப்புக்குக் கீழே இரண்டாய் உடைந்துவிட்டிருந்ததால் அவள் கால்களை அவளால் உணர முடியவில்லை. ஆனால் தப்பிய ஒற்றைக் கண்ணால் பார்க்க முடிந்தது. இத்தனை இடிபாடுகளுக்கும் இடையே சிக்கிய அவளுடைய இதயம் மட்டும் சின்னக் கீறல் கூட இல்லாமல் அதிசயமாய்த் துடித்துக் கொண்டிருந்தது உடைந்த அவள் உடலை ஒட்டவைக்கும் அவசரத்துடன். விழுந்த வேகத்தில் மூர்ச்சையான அவள் மயக்கம் தெளிந்ததும் இரத்தம் உறைந்த ஒற்றைக் கண்ணை லேசாய்த் திறந்துப் பார்த்தது, காட்டுப் பூனை போன்ற ஏதோ ஒன்று அவள் கையைக் கடித்து இழுத்துக்கொண்டிருப்பதை".

சட்டென்று நிறுத்தி இவள் கண்களை நேரே உற்று நோக்கினாள் அவள். உறைந்து அமர்ந்திருந்தவளைத் துளைத்துச் சென்றது அவள் பார்வை.

"கடலில் சுறாக்கள் மட்டுமல்ல, காட்டின் வேட்டை மிருகங்களும் இரத்தத்தின் வாடையை நெடுந்தூரத்திலிருந்து அறியக்கூடியவை என்று அன்று அவள் தெரிந்துகொண்டாள். உணர்ச்சியின்றி உடைந்துத் தொங்கும் அவள் கால்களில் இருந்த ஷூக்களை ஏதோ விலங்கு அவள் கால்களை அடையும் அவசரத்தில் குதறிக்கொண்டிருக்க, அவள் இடது கையைக் கவ்வியபடி அந்தக் காட்டுப்பூனை ஓடிவிட, மரம் ஏறத் தெரிந்த அத்தனை மாமிச உண்ணிகளும் ஆளுக்கொரு பாகமாய் பங்கு பிரித்தன அவளை. துடித்து அனுப்ப இரத்தம் எதுவும் பாக்கி இல்லாமல் ஒரு வழியாய் அவள் இதயம் நின்று அவள் இறப்பதற்கு ஒரு யுகம் ஆனது".

கேட்டுக்கொண்டிருந்தவள் பாறையிலிருந்து சரிந்ததையோ, அடிவயிற்றைப் பிடித்துக்கொண்டு ஓங்கரித்துக் குமட்டுவதையோ அவள் சில வினாடிகள் கழித்து தான் உணர்ந்தாள். அவள் அமர்ந்திருந்த கல்லில் இருந்து எழுந்து இவளிடம் வருவதற்குள் இவள் சுதாரித்து எழுந்தாள் அடித்தொண்டையில் கசக்கும் பித்தத்தை உணர்ந்தபடி. இதயம் துடிக்கும்

வேகத்தில் நெற்றிப்பொட்டில் இரத்த நாளம் ஒன்று விண்விண்ணென்றுத் தெறித்தது இவளுக்கு. மலை உச்சியின் அந்தி சாயும் பொழுதிலும் வியர்வை வெள்ளமாய் வடிந்து உடல் சில்லிட்டது. மனதில் தோன்றிய ஏதோ உறுத்தல் ஒன்று வார்த்தைகளாய் உருப்பெற முடியாமல் இம்சித்தது இவளை இத்தனைக்கும் நடுவில்.

இவளை நோக்கி வருபவளை கைநீட்டி நிறுத்தினாள். அந்தக் கணத்தில் அகப்பட்டது சிக்காமல் நழுவிக்கொண்டிருந்த அந்த எண்ணம்.

"உனக்கு எப்படித் தெரியும் இவையெல்லாம்? என்ன, கதை சொல்கிறாயா? யாரோ வந்தாளாம், விழுந்தாளாம், இந்தக் கோரங்கள் அத்தனையும் நடந்ததாம். நீ பக்கத்தில் இருந்து பார்த்தாயோ? உன் வயதென்ன, என் வயதென்ன? நீ சொல்லும் கதைகளை நம்ப நான் ஒன்றும் முட்டாளில்லை. யாரை ஏமாற்றப் பார்க்கிறாய்? இப்படி ஒரு பொய்க் கதையை சொல்லி என்ன ஆகப்போகிறது உனக்கு? யார் நீ? என்ன வேண்டும் உனக்கு? எதற்காக இப்படிக் கட்டுக்கதைகள் சொல்லித் திரிகிறாய்?"

வார்த்தைகள் தெளிவாய் வந்தன. காதில் விழுந்த வார்த்தைகள் ஏற்படுத்திய அதிர்ச்சியிலிருந்து மீண்டு, பொய்யையும் புரட்டையும் கையும் களவுமாய்ப் பிடித்துவிட்ட தைரியத்தில் ஆணித்தரமாய் வந்தன கேள்விகள்.

"கட்டுக்கதை இல்லை", என்றாள் எதிரில் நிற்பவள். இவள் கேட்ட கேள்விகளும் முன்வைத்தக் குற்றச்சாட்டுகளும் அவளிடத்தில் எவ்வித சலனத்தையும் ஏற்படுத்தவில்லை. அமைதியுடனும் லேசானப் புன்னகையுடனும் பார்வையை சற்றும் அகற்றாமல் இவளையேப் பார்த்துக்கொண்டு நின்றாள்.

"என்னது? கட்டுக்கதை இல்லையா? ஹூம் ... அவ்வளவும் நிஜமோ?"

ஆமென்றுத் தலையசைத்தாள்.

"சரி, நிஜமென்று வைத்துக்கொள்வோம். இவையெல்லாம் உனக்கு எப்படித் தெரியும்? யாரோ ஒரு பெண் இங்கிருந்துக் குதித்தாளாம். அவளுக்கு இதெல்லாம் நடந்ததாம். அப்புறம் அவள் இறந்துபோனாளாம். இதையெல்லாம் உன்னிடம் சொல்லிவிட்டுச் செத்தாளோ? பொய் சொல்வதற்கும் ஒரு அளவில்லை? நீ சொல்வது அத்தனையும் நிஜ-

மென்றால், இதெல்லாம் உனக்கு எப்படித் தெரியும்? சொல், உனக்கு எப்படித் தெரியும்?"

லேசாக எட்டிப் பார்க்க ஆரம்பித்தக் கோபத்தில் இவள் குரல் சற்று உயர்ந்தது. காற்று முன் நிற்பவளிடம் இவள் வார்த்தைகளைக் கொண்டு சேர்த்து விட்டுக் கலைத்துப் போட்டுப் போனது.

"நான் எப்படி இறந்தேன் என்று எனக்குத் தெரியாதா?"

சிந்தாமல் சிதறாமல் பிசிறில்லாமல் பிசகாமல் மொத்தமாய் வந்தடைந்தன வார்த்தைகள் இவளிடம்.

வார்த்தைகள் இவள் காதில் விழுந்ததற்கான எந்த அறிகுறியும் இல்லாமல் சலனமற்று நின்றிருந்தவள் அப்படியே பின்னடையக் கால்களை பின்னால் எடுத்து வைத்தாள் முன்னிருக்கும் உருவத்தின் மீது வைத்தப் பார்வையை அகற்றாமலேயே. கல் தடுக்கித் தடுமாறி விழப்போனவளைப் பிடிக்கத் தன்னிச்சையாய்க் கைநீட்டி வந்த முன்னிருந்தவளைப் பார்த்ததும் சடாரென்றுத் திரும்பி தலைதெறிக்க ஓடினாள். வரும்போது சற்று ஏற்றமாய் இருந்த பாதை இப்போது கீழாய் சரிந்து உதவ, வேகமெடுத்த ஓட்டத்தில், திருப்பத்தில் திரும்பி, வந்த வழியே போய் மறைந்தாள்.

"வழக்கத்தை விட உன் கதை நன்றாக வேலை செய்திருக்கிறது போலத் தெரிகிறதே", என்றப் பரிச்சயமானக் குரலைக் கேட்டுப் புன்னகையுடன் திரும்பினாள் அந்த டீன் ஏஜ் பெண். அவளை விட இரண்டு வயது பெரியவளான அவளுடைய சகோதரி மறைவாய் நின்றிருந்த இடத்திலிருந்து வெளியே வந்தாள்.

"நீ கேட்கவில்லையா நான் சொன்னது எதையும்?"

"இல்லை. இப்போது தான் வந்தேன். எப்போதையும் விட இன்று சற்றுத் தாமதமானதால் அம்மா என்னைப் பார்த்துவரச் சொல்லி அனுப்பினார்கள்".

"இன்று என் கற்பனைக்கு இறக்கைகள் முளைத்துவிட்டன போல் இருந்தது. என் கதையைக் கேட்டு எனக்கே பயம் வந்துவிட்டது".

"அப்படியென்றால் இந்தக் கதையை நன்றாக நினைவில் வைத்துக்கொள். அடுத்த முறைகளுக்கு உதவும்", என்றவள் தன் தங்கையின் தோள்களைப் பிரியமுடன் பிடித்துக்கொண்டாள்.

"இன்று என் கதை மட்டும் அல்ல, என் நடிப்பும் கூடப் பிரமாதம். நீ பார்க்காமல் போனாயே", என்றவள், "பசிக்கிறது எனக்கு. அம்மா என்ன செய்து வைத்திருக்கிறார்கள்?" என்றாள்.

"இந்த மாதிரி சமயங்களில் அம்மா உனக்குப் பிடித்தது எதையாவது தான் செய்து வைத்திருப்பார்கள் என்று உனக்குத் தெரியாதா?" என்றபடி இருவரும் கைகளைக் கோர்த்துக்கொண்டு இருள் கவியத் தொடங்கிய மலை முகட்டில் பிறந்ததிலிருந்து நடந்து பழகிய மலையின் சரிவில் நடக்க ஆரம்பித்தார்கள்.

"சாவதற்கென்று நம் ஊரைத் தேடி இப்படி மனிதர்கள் வருவது எப்போது தான் நிற்குமோ?" என்றாள் இளையவள்.

"ஹூம் ... தெரியவில்லையே. அப்படி அவர்கள் வருவதை நிறுத்தும்வரை வருபவர்களை உன் கற்பனையும் கதையும் காப்பாற்றட்டும், எனதருமைத் தங்கையே, உன் கற்பனையும் கதையும் அவர்களைக் காப்பாற்றட்டும்".

மெல்லிய குரல்களை காற்று இழுத்துக் கொள்ள, வாஞ்சையாய்க் கவிழ்ந்த பனிமூட்டத்தின் நடுவே நடந்து கரைந்தன இரு உருவங்களும்.

7

பேஷண்ட் 'வத்சலா'

"எக்ஸ்க்யூஸ் மீ!"

கடைசி பேஷண்ட்டின் நோட்ஸ் எழுதிக்கொண்டிருந்த டாக்டர் தீரன் தலையை நிமிர்த்தினார், அனுமதியில்லாமல் யார் உள்ளே வருவது என்ற எரிச்சலுடன்.

"அப்பாயிண்ட்மெண்ட்ஸ் இன்று முடிந்துவிட்டது. எதுவாயினும் என் செகரெட்டரியைப் பாருங்கள் வெளியே", என்றார் கோபமாக மாறத் தொடங்கும் எரிச்சலுடன்.

"வெளியே யாரும் இல்லை, டாக்டர். மூடியிருக்கும் இந்தக் கதவுக்குப் பின் லைட் எரிவது தெரிந்தது. அதனால் தான் ... ", என்றாள் கதவைத் திறந்தும் உள்ளே வராமல் வெளியே நின்றிருந்த அந்தப் பெண்.

அப்புறம் தான் அவருக்கு நினைவு வந்தது அவருடைய செகரெட்டரி முகிலன் அன்று அரை நாள் லீவு கேட்டுச் சென்றது.

கொஞ்சம் எரிச்சல் குறைந்தது.

"Sorry, என் செகரெட்டரி முகிலன் இன்று அரை நாள் லீவு. அதனால் தான் வெளியே யாரும் இல்லை. ஆனாலும் அப்பாயிண்ட்மெண்ட்ஸ் நேரம் முடிந்துவிட்டதே. நீங்கள் நாளைத் தொலைபேசியில் கேட்டு ஃபிக்ஸ் செய்து கொண்டு வாருங்கள்", என்றார்.

"ஓ! ஆனால் நான் பேஷண்ட்டாக வரவில்லையே!" என்றாள்.

"பின்னே? ஒரு சைக்யாட்ரிஸ்ட்டைத் தேடி பேஷண்ட்டாக வராமல் வேறு எதற்காக வந்தீர்கள்?" என்று கேட்டார் டாக்டர் தீரன், குழப்பமும்

ஆச்சர்யமும் கலந்த எரிச்சல் மறுபடி தலை தூக்க.

"உள்ளே வந்து சொல்ல அனுமதி உண்டா?"

கதவுக்கு வெளியிலேயே நிற்கும் அந்தப் பெண்ணை ஒரு கணம் பார்த்தார். கிட்டடத்தட்ட முப்பத்தி ஐந்து வருட அனுபவத்தில் பார்வை-யில் மனிதர்களை எடை போடும் சூட்சுமம் கைவந்திருந்தது என்று நம்பி, அந்த நம்பிக்கையில் அவளை பற்றிய சில தகவல்களையாவது கணிக்க முயன்றார்.

நாற்பதுகளின் நடுவில் நிற்கும் வயது. நேர்த்தியான கசங்காத காட்-டன் புடவை. அணிகலன்கள் எதுவும் இல்லை, இடது மணிக்கட்டில் ஒரு பெரிய டயல் வாட்ச்சைத் தவிர. தோளில் தொங்கும் விலையுயர்ந்த பை. தோற்றமும் பாவனையும் உடல் மொழியும் அவருக்குத் தெரிவித்த செய்தி - பணத்திற்கும் படிப்பிற்கும் பஞ்சமில்லாத பெண்.

ஹூம் என்ற பெருமூச்சுடன், "Please, come in", என்றார்.

"Thank you", என்றபடி உள்ளே வந்து கவனமாகக் கதவை மூடி-னாள்.

மேஜையின் முன் நின்றுகொண்டிருந்தவளைப் பார்த்து, அவர் சொல்லாமல் அவருக்கு எதிரே இருக்கும் இருக்கையில் அமரமாட்டாள் என்று உணர்ந்து, "Please, sit", என்றார் நாற்காலியைக் காட்டி.

"Thank you", என்று மறுபடி சொல்லி நாற்காலியில் அமர்ந்தாள்.

அவர் மேஜையின் மேல் இருந்த விளக்கின் வெளிச்சத்தில் முகத்தை இன்னும் தெளிவாகப் பார்த்தார். வழவழப்பான பளீரென்ற முகம். திருத்-தப்பட்ட புருவங்கள். மேக்கப் இருக்கிறதா இல்லையா என்று தெரியாத ஒப்பனை. உதடுகளில் ஒட்டியும் ஒட்டாமலும் ஒரு புன்னகை. இதயத்தை ஊடுருவும் பார்வையுடன் அகண்ட ஆழமான கண்கள். அலைபாயும் கண்களுடன் அல்லது வெறித்த பார்வையுடனுமே வரும் பேஷண்ட்டுக-ளைப் பார்த்துப் பழகியவருக்கு இந்தக் கண்களின் கூர்மை சற்றுக் கூசச் செய்தது.

"உள்ளே வந்தாகிவிட்டது. இப்போது சொல்லலாமா, பேஷண்ட்டாக அல்லாமல் யாராக வந்தீர்கள் என்று?"

"பேஷண்ட் தான் ... ஆனால் பிரச்னை என்று எதுவுமில்லை எனக்கு. உங்களிடம் வந்து முறையிட்டுத் தீர்வு காண்பதற்கு குறைகளோ குறுகுறுப்புகளோ எவையும் இல்லை என்னிடம்", என்றாள் கண்களில் மாறாத புன்னகையுடன், கம்பீரமான ஆங்கிலத்தில்.

ஏதும் சொல்லாமல் அமைதியாயிருந்தார் டாக்டர். தீரன். மௌனம் என்பது அவர் கரைத்துக் குடித்தப் பாடம் மட்டுமல்ல, அந்த டெக்னீக்-கைக் கையாள்வதில் அவர் நிபுணரும் கூட. இருவருக்கு இடையில் அமர்ந்திருக்கும் கனத்த மௌனத்தின் பாரத்தைத் தாங்கமுடியாமல், பேஷண்ட்டுகள் பேச ஆரம்பித்து பின் நிறுத்த மாட்டார்கள் என்பது அவருடைய தொழில் அறிவு. அங்கு நிலவிய மௌனம் அவரை அனிச்சையாய் அவரின் 'listening mode'க்குக் கொண்டு செல்ல, ஒரு விதமான மோன நிலை போல் காத்திருந்தார் அந்தப் பெண்ணின் வாயிலிருந்து அடுத்து வரப்போகும் வார்த்தைகளுக்கு.

"பசிக்கிறது, டாக்டர். ஏதேனும் சாப்பிடலாமா?"

செவி வழி நுழைந்த வார்த்தைகள் மூளையை எட்டி அவைகளின் அர்த்தம் புரிந்த போதும், சில நொடிகள் ஆனது அது முழுவதுமாக டாக்டர் தீரனுக்கு உறைப்பதற்கு.

"ஹாங்...?" என்றார் குழப்பமான முனகலாக.

"பசிக்கிறது. ஏதேனும் சாப்பிடலாமா?" என்று மறுபடி கேட்டாள் கேள்வியை.

'என்ன விளையாடுகிறாயா? இது என்ன டாக்டரின் கன்சல்டேஷன் என்று நினைத்தாயா இல்லை ஃபைவ் ஸ்டார் ஹோட்டல் என்று நினைத்தாயா?' என்று கத்த நினைத்தவரை சட்டென்று அந்தக் கணம் பார்த்து வயிற்றைக் கிள்ளிய பசி, "எதுவும் இல்லையே சாப்பிட", என்று கிட்டத்தட்ட பரிதாபமாக சொல்ல வைத்தது.

பெரிதாகும் புன்னகையுடன் அவள் கைப்பையைத் திறந்து இரண்டு சாண்ட்விச் டப்பாக்களை எடுத்தாள். முக்கோண வடிவில் இரண்டு கையிலும் பிடித்து சாப்பிடும்படியான சைஸுடன் இருந்த டப்பாவை மேஜையில் அவர் முன் தள்ளி வைத்தாள்.

அதைக் கையில் எடுக்க யோசித்தவரை, "ப்ளீஸ், டாக்டர். உங்க-ளைப் பார்க்கவைத்துக் கொண்டு சாப்பிட்டால் எனக்கு வயிறு வலிக்-கும்", என்று சொல்லி இன்னும் கொஞ்சம் அவர் அருகில் அதைத் தள்ளி வைத்தாள்.

உடலிலும் மனதிலும் இருந்த இறுக்கம் சட்டென்று தளர்ந்து போக, லேசான புன்னகையுடன் டப்பாவைக் கையில் எடுத்தார். சாண்ட்விச்-சைச் சுற்றியிருந்த பேப்பரைப் பிடித்துக்கொண்டு ஒரு மூலையில் பிரித்து சாப்பிட ஆரம்பித்தார்.

"Thank you", என்றபடி அவளும் கடித்தாள்.

சாப்பிட ஆரம்பித்த பின் தான் உணர்ந்தார் அவருடைய பசியின் தீவிரத்தை. பேசுவதற்கோ கேள்விகள் கேட்பதற்கோ அவருடைய வாய்க்கு விருப்பமில்லாமல் உண்பதிலேயே கவனமாயிருந்தது. உண்டு முடித்து, மேஜையில் இருந்த டிஷ்யூ பேப்பர் எடுத்துக் கையும் வாயும் துடைத்து அத்துடன் சேர்த்து சாண்ட்விச் பேப்பரையும் அவரின் மேஜைக்கு அடியில் இருந்த குப்பைத் தொட்டியில் போட்டுவிட்டுத் திரும்பும் போது, தயாராய் நீட்டினாள் மில்க் ஷேக் டெட்ரா பாக் ஒன்றை, அவருக்கு விருப்பமான ஏலக்காய் சுவையில்.

"Oh! Thank you!" என்று வாங்கிக் கொண்டார் ஆச்சர்யம் கலந்த நன்றியுடன்.

அவருடைய கன்சல்டேஷன் அறையைச் சுற்றிக் கண்களை சுழலவிட்டுக் கொண்டே அவளுடைய வெனிலா ஷேக்கில் ஸ்ட்ராவை நுழைத்து அவளும் உறிஞ்சத் தொடங்கினாள். அவள் மேல் வைத்தப் பார்வையை அகற்றாமலே அவரும் உறிஞ்சினார். வயிறு நிறைய நிறைய, உடல் குளிர்ந்து, மனம் அடங்கி, பசியிலும் அலுப்பிலும் ஏற்பட்ட எரிச்சல் மறைந்து, ஒரு சிறிய குறுகுறுப்பு எட்டிப் பார்க்க ஆரம்பித்தது - பேஷண்ட் அல்லாத பேஷண்ட்டாக அவர் முன் அமர்ந்திருப்பவளைப் பற்றி.

'இப்போது சொல்லுங்கள் எதற்காக என்னைத் தேடி வந்தீர்கள்', என்று கேட்க அவர் வாயைத் திறக்கும் முன், "முப்பத்தி நான்கு வருடங்கள், பத்து மாதங்கள், இருபத்தி மூன்று நாட்களாக மனிதர்களின் புலம்பல்களையும் குறைகளையும் கோணல்களையும் பார்த்துக்கொண்டும் கேட்டுக்கொண்டும் இருக்கிறீர்களே, சலித்துப் போகவில்லையா உங்களுக்கு?" என்றாள் அவள்.

"What?" என்றார் ஒன்றும் புரியாமல்.

"முப்பத்தி நான்கு வருடங்கள், பத்து மாதங்கள், இருபத்தி மூன்று நாட்களாக மனிதர்களின் புலம்பல்களையும் குறைகளையும் கோணல்களையும் பார்த்துக்கொண்டும் கேட்டுக்கொண்டும் இருக்கிறீர்களே, சலித்துப் போகவில்லையா உங்களுக்கு?" என்றாள் அவள் மறுபடியும், அழுத்தம் திருத்தமாக.

ஏற்பட்ட ஏகப்பட்ட குழப்பங்களால் வாயடைத்துப் போனார் டாக்டர் தீரன். அவர் ப்ராக்டிஸ் செய்ய ஆரம்பித்த நாள் கணக்கு சரியாக

இருந்தது. இத்தனை வருடங்களில் அவர் தான் கேள்விகள் கேட்டிருக்கிறாரே தவிர அவரிடம் யாரும், குறிப்பாய் அவருடைய பேஷண்ட்டுகள், கேள்விகள் கேட்டதில்லை; கேட்பதற்கு அவர் அனுமதித்ததும் இல்லை. அவள் கதவைத் தட்டுவதற்கு சற்று முன் தான், பேஷண்ட் நோட்ஸ் எழுதும் போது, அவள் கேட்ட அதே கேள்வியை அவர் மனம் அவரைக் கேட்டது. 'இவளுக்கு எப்படி இதெல்லாம் தெரியும்?' என்று லேசானக் கோபத்துடன் எட்டிப் பார்த்தக் கேள்வியை அவளிடம் கேட்க நினைத்தவரின் வாயிலிருந்து, "சலிக்க ஆரம்பித்து வெகு நாட்களாகிவிட்டன", என்ற வார்த்தைகள் வந்தன, ஒரு சிறிய பெருமூச்சுடன், அவரே எதிர்பார்க்காமல்.

'பின்னே இன்னும் ஏன் இதில் தொடர்கிறீர்கள்?' என்ற அடுத்த கேள்வியை அனிச்சையாய் அவர் மனம் எதிர்பார்க்க, அவள், "எனக்கான ஒரு மணி நேரம் முடிந்துவிட்டது, டாக்டர். அடுத்து வரும் போது அப்பாயிண்ட்மெண்ட் வாங்கி வருவதற்கு முயல்கிறேன்", என்றபடி கைப்பையை எடுத்துக்கொண்டு அவர் பதிலுக்குக் காத்திராமல் கதவை நோக்கி நடந்தாள்.

விக்கித்துப் போன டாக்டர் தீரன் சுதாரிப்பதற்குள் அவள் கதவை அடைந்திருந்தாள்.

சட்டென்று உறைத்தது டாக்டர் தீரனுக்கு.

"உங்கள் பெயரைக் கூட சொல்லவில்லையே", என்றார் அவசரமாய் இருக்கையை விட்டு எழுந்தபடி.

கதவைத் திறந்தவள் திறந்த கதவைப் பிடித்தபடி அவரைத் திரும்பிப் பார்த்தாள்.

"என்னைப் பார்த்தால் என்ன பெயர் தோன்றுகிறது உங்களுக்கு?" என்றாள்.

என்ன சொல்கிறோம் என்று அவர் மூளை அவருக்கு உணர்த்துவதற்குள் அவர் வாய் சொன்னது, "வத்சலா".

ஒரு சிறிய புன்னகையுடன், "அப்படியெனில் அதுதான் என் பெயர். வருகிறேன்", என்று கதவை சத்தமில்லாமல் மூடிவிட்டுச் சென்றுவிட்டாள்.

மூடிய கதவை வெறித்துக்கொண்டு நின்றார் டாக்டர் தீரன் என்ன நடந்தது என்று புரியாத பிரமையுடன். ஏதோ ஓர் உணர்வு அவரை உந்தித் தள்ள, வேகமாகச் சென்று அவருடைய கதவைத் திறந்து, ரிசப்-

ஷனைக் கடந்து சென்று வெளிக் கதவையும் திறந்து பார்த்தார். காரிடார் அமைதியாக அடங்கியிருந்தது. எதிர்பார்த்தது என்ன என்று தெரியாமலேயே ஏமாற்றத்துடன் திரும்பினார். ரிசப்ஷன் மேஜை மேல் பூ ஜாடிக்கு அடியில் இரண்டு ஐநூறு ரூபாய் தாள்கள் சொருகி நின்றன. பூ ஜாடியின் முன் வந்து நின்று அதை சற்று ஆச்சர்யத்துடன் பார்த்தார், எப்படி இதை எடுத்து கணக்கில் வைக்காமல் முகிலன் வீட்டிற்குச் சென்றான் என்று. யோசித்துக்கொண்டிருக்கும் போது சட்டென்று உறைத்தது, அது 'வத்சலா' வைத்துவிட்டுச் சென்ற நோட்டுக்கள் என்று. ஒரு கணம் அவைகளை பார்த்துக் கொண்டு நின்றவர் அவர் அறைக்குள் நுழையப் போனார், காலையில் முகிலன் வந்து அதை எடுத்து வைத்துக் கொள்ளட்டும் என்று. கன்சல்டேஷன் ஃபீஸைக் கையால் அவர் தொட்டு இருபது வருடங்களுக்கு மேலாகின்றன. எல்லாம் முகிலன் தான்.

மூன்றாமாண்டு கல்லூரி மாணவனாக அவனுடைய தந்தையை அவரிடம் அழைத்து வந்திருந்தான், ஏற்கனவே தாயை இழந்திருந்த முகிலன். அவனுடைய தந்தைக்கு 'paranoid schizophrenia ' என்று அவர் கண்டறிந்து அதற்கு மருந்துகளும் பரிந்துரைத்தார். அவருடைய ஃபீஸையோ அவர் மருந்துச் சீட்டில் எழுதியிருந்த மருந்துகளையோ வாங்குவதற்கு அவனிடம் வழியில்லை என்று தெரிந்து ஃபீஸ் வாங்காமல் அவருக்கு வரும் சாம்ப்பிள் மருந்துகளை அவனிடம் கொடுக்க, மனம் தெளிந்த ஒரு கணத்தில் மகனுக்கு இதற்கு மேல் சிரமம் கொடுக்கவேண்டாமென்று அவனுடைய தந்தை தூக்கிட்டுக்கொண்டு அவனுக்கு விடுதலை கொடுத்தார்.

டாக்டர் தீரனுக்கு அவர் பேஷண்ட்டுகளில் அது தான் முதல் இழப்பு. ஆழம் வரை ஆட்டிவிட்டது அவரை. திக்கற்றுத் தடுமாறி நின்றவனைத் தேற்றி மீதமுள்ள படிப்பை முடிக்க உதவி, மேலும் படிக்க உற்சாகப்படுத்த, அவனோ, 'படிப்பு போதும். உங்களுக்கு செகரெட்டரியாக வேலை கொடுங்கள். இறுதி வரை எனக்கு அது போதும்', என்று கேட்டு அவரிடம் அன்று சேர்ந்து இன்று அவருக்கு எல்லாமுமாகி நிற்கிறான். ஒரு கட்டத்தில் அவனின் திருமணத்தைப் பற்றி அவர் அவனிடம் கேட்க, 'இந்த மரபணு என்னுடன் தொலையட்டும், சார். இன்னொரு சந்ததி என்னைப் போல் நிற்க வேண்டாம்', என்று மறுத்துவிட்டு இன்று வரை அவன் முடிவில் அவன் தெளிவாக நிற்கிறான். Schizophrenia இந்த மரபணுவுடன் தொடர்புடையது என்று எந்த

ஆராய்ச்சியும் உறுதியாக கூறாவிட்டாலும் குடும்பத்தில் அது தொடர்வதற்கு எட்டில் ஒரு வாய்ப்பு இருப்பதாக அதே ஆராய்ச்சிகள் சொன்ன காரணத்தால், அவன் வாதத்தில் இருந்த நியாயத்தை இன்று வரை அவரால் மறுக்க இயலவில்லை. ஏதோ ஒரு கால கட்டத்தில் ஃபீஸை முகிலனிடம் கொடுக்கச் சொல்ல, அன்று ஆரம்பித்தது இன்று வரைத் தொடர்கிறது.

தன் அறையின் கதவைத் திறந்த டாக்டர் தீரன், ஏதோ நினைத்தவராய் சரேலென்று திரும்பி வந்து அந்த இரண்டு ஐநூறு ரூபாய் நோட்டுகளையும் எடுத்து சட்டைப் பாக்கெட்டில் பத்திரப்படுத்திக் கொண்டு சென்றார். மறுநாள் அவர் அதை முகிலனிடம் கொடுக்கவும் இல்லை, அப்பாயிண்ட்மெண்ட் இல்லாமல் அவர் பார்த்த 'பேஷண்ட்டை'ப் பற்றி அவனிடம் சொல்லவும் இல்லை.

அடுத்தடுத்த பேஷண்ட்டுகளில் கவனம் செலுத்தினாலும் அவர் மனதின் ஒரு பகுதி தன்னைத் தானே 'வத்சலா'வுக்காக ஒதுக்கிக் கொண்டது. 'நான் ப்ராக்டிஸ் செய்யும் காலக்கணக்கு இவ்வளவு துல்லியமாக அவளுக்கு எப்படித் தெரியும்?' ''பேஷண்ட்டல்லாத பேஷண்ட்' என்றாளே... அப்படியென்றால் என்னைத் தேடி ஏன் வந்தாள்?' 'மறுபடியும் வருவாளா?'

புது பேஷண்ட்டுகளின் கேஸ் ஹிஸ்ட்டரியுடன் அவருடைய இன்டெர்ன்கள் அவரிடம் வரும் போது 'வத்சலா'வின் ஃபைல் வருகிறதா என்று பார்க்க ஆரம்பித்தார். அப்படி ஒரு ஃபைலும் வராத போது அவருடைய மனம் சிறிது ஏமாற்றமடைவதை உணரவும் ஆரம்பித்தார்.

கிட்டத்தட்ட இரண்டு வாரங்கள் கழித்து, இரவு முகிலனை அனுப்பிவிட்டு ஆயாசத்துடன் கண்மூடி இருக்கையில் சாய்ந்திருக்கையில், "Sorry, டாக்டர். மறுபடியும் அப்பாயிண்ட்மெண்ட் இல்லாமலே உங்களைத் தொந்தரவு செய்கிறேன்", என்ற குரல் கேட்டு, அனிச்சையாய் முகத்தில் பூத்த புன்னகையுடன் கண் திறந்து இருக்கையில் நிமிர்ந்து அமர்ந்தார்.

"வத்சலா! Come in, come in", என்றார் விரிவடையும் புன்னகையை முகத்தில் உணர்ந்தபடி.

"நீங்கள் புன்னகைக்கும் போதுதான் உங்கள் முகத்திற்கு அந்தத் தாடி நன்றாகப் பொருந்துகிறது", என்று அவளும் புன்னகைத்தபடியே கவனமாகக் கதவை மூடிவிட்டு உள்ளே வந்தாள்.

"Please sit", என்று இருக்கையைக் காட்டினார் டாக்டர் தீரன்.

"அப்பாயிண்ட்மெண்ட் இல்லாமல் இந்த நேரத்தில் வருகிறேன் என்று கோபித்துக்கொள்ளாதீர்கள், டாக்டர், ப்ளீஸ். ஏனோ இப்படி வருவது தான் பிடிக்கிறது", என்றபடி கைப்பையிலிருந்து பர்கர் டப்பா ஒன்றை எடுத்து நீட்டினாள்.

"Thank you", என்றபடி வாங்கிக்கொண்ட டாக்டர் தீரன், அவளும் அவளுடைய டப்பாவைத் திறக்கும் வரைக் காத்திருந்தார்.

"நான் ப்ராக்டிஸ் செய்யும் நாள் கணக்கு உங்களுக்கு எப்படித் தெரியும் என்று சொன்னால் இதை நான் எடுத்துக்கொள்வேன்", என்றார்.

"அது ஒன்றும் பெரிய வித்தை இல்லையே, டாக்டர். உங்கள் வெப்சைட்டில் உங்கள் படிப்பு விவரங்களும் தொழில் விவரங்களும் தெளிவாக இருக்கின்றனவே... அதிலிருந்துதான் கணக்கிட்டுக் கொண்டேன்", என்றாள்.

'சே! இதைக் கூட யோசிக்கவில்லையே என் மூளை!' என்று நொந்துகொண்டார் டாக்டர் தீரன்.

"சரி, பேஷண்ட்டல்லாத பேஷண்ட்'டாக ஏன் வந்தீர்கள் என்னிடம்?"

உண்பதை நிறுத்தி விட்டு ஆழமான பார்வை பார்த்தாள். "பேசுவதற்கு, டாக்டர். மனதில் தோன்றியதை எந்தக் கட்டுப்பாடுகள் இல்லாமல் பேசவும், எந்த judgements-ம் இல்லாமல் கேட்கவும் உங்களைப் போன்ற சைக்யாட்ரிஸ்ட்டைத் தவிர யார் இருக்கிறார்கள்? காசு வாங்கிக்கொண்டேனும் நீங்கள் காது கொடுக்கிறீர்கள். தொழில் தர்மத்திற்காகவேனும் சொல்வதைக் கேட்பீர்களல்லவா?"

"Fair enough", என்ற டாக்டர் தீரன் அமைதியாக உண்டு முடித்து, அவள் நீட்டிய மில்க் ஷேக்கையும் குடித்து முடித்தார்.

அடுத்த கேள்வியைக் கேட்க வாயைத் திறக்கும் முன், "இப்போது என்னுடைய முறை, கேள்வி கேட்பதற்கு", என்றாள் 'வத்சலா'.

"என்ன கேட்கவேண்டும்?"

"சகோதரன், சகோதரி, மனைவி, மகன், மகள், மாமியார், மாமனார், பேரன், பேத்தி, மருமக்கள், கொழுந்தன், மச்சினி, சகலை என்று எந்த உறவுகளும் இல்லாத நீங்கள், இந்த உறவுகளால் ஏற்படும், ஏற்படுத்தப்படும் மனச்சிக்கல்களுக்கு நீங்கள் கூறும் ஆலோசனைகளும் பரிந்துரைக்கும் தீர்வுகளும் ஏட்டுச் சுரைக்காய் என்று உங்களுக்கு இன்னமுமா

உறுத்தவில்லை?" என்றாள்.

நியாயமாய் அவருக்குக் கோபம் வந்திருக்கவேண்டும் அந்த வார்த்-தைகள் காதில் விழுந்தவுடன். மாறாக ஓர் ஆழ்ந்த ஆயாசம் அவரைப் போர்த்தியது.

பதிலாய் ஒரு பெருமூச்சு மட்டுமே வெளிப்பட்டது அவரிடமிருந்து.

"Please don't mistake me, Doctor. தண்ணீரிலேயே இறங்-காதவன் நீச்சல் கற்றுக்கொடுப்பதை போல் அல்லவா இருக்கிறது இது?"

ஈகோ நிலைகள் பற்றியும், பர்சனாலிட்டி வகைகள் பற்றியும், மனதின் தற்காப்பு டெக்னீக்குகள் பற்றியும், மெக்கானிஸம்ஸ் பற்றியும் நீண்ட-தொரு விளக்கம் கொடுக்க நினைத்தவர், "உண்மைதான்", என்று தன் வாயிலிருந்து வந்த ஒற்றை வார்த்தையைக் கேட்டு லேசாய்ப் புன்ன-கைத்தார்.

"என்னைக் கேள்விகள் கேட்டு நேரத்தைப் போக்கவே வருகிறீர்கள் போல் தெரிகிறது, வத்சலா", என்றார் அதே புன்னகையுடன்.

"டாக்டர், உங்களை விட பதினான்கு வருடங்கள் வயதில் நான் இளையவள். தயவுசெய்து பன்மையில் என்னை அழைக்காதீர்கள்".

"ஓகே", என்றார் புன்னகை மாறாமல், அவள் கூறிய கணக்குப் படி அவளுக்கு வயது நாற்பத்தி நான்கு என்று மனதில் கணித்துக்கொண்டே.

"Thank you. இல்லை, உங்களைக் கேள்விகள் கேட்க வரவில்லை. நான் பேசுவதற்கே வருகிறேன். அடுத்த முறையிலிருந்து அதைச் செய்கிறேன்", என்று சொல்லி எழுந்தாள்.

"ஒரு நிமிடம்...", என்ற டாக்டர் தீரன் சட்டைப் பையில் வைத்-திருந்த இரண்டு ஐநூறு ரூபாய்த் தாள்களை எடுத்து அவளிடம் நீட்டி-னார், "இது உங்களுடையது என்று நினைக்கிறேன்", என்றபடி.

"உங்கள் ஃபீஸ்...?", என்றாள் 'வத்சலா' அதை வாங்காமல்.

"இல்லை. இது தான் என் ஃபீஸ்", என்று பர்கர் டப்பாவையும் மில்க் ஷேக் டெட்ரா பாக்கையும் காட்டினார் டாக்டர் தீரன்.

"If you say so", என்றபடி புன்னகையுடன் நோட்டுக்களைப் பெற்-றுக்கொண்டாள்.

"I do say so", என்ற டாக்டர் தீரனுக்கு, "Till next time. Good night, Doctor", என்று புன்னகைத்து விடைபெற்றாள் 'வத்-சலா'.

சொல்லியபடியே பேசினாள். ஒவ்வொரு முறையும் எதைப் பற்றி-யாவது - படித்த புத்தகம், பார்த்த சினிமா, பெய்த மழை, பக்கத்து வீட்டு நாய்க்குட்டி, எங்கோ வெடித்த எரிமலை, யாரோ வென்ற பதக்கம் - என்று பேசினாள். 'Notable by its absence' என்பது போல் அவளுடையக் குடும்பத்தைத் தவிர அனைத்தையும் பற்றி பேசினாள் 'வத்சலா'.

டாக்டர் தீரனுக்கு அதை பற்றி முதலில் இருந்த குறுகுறுப்பு, பின் வந்த நாட்களில் மெள்ள மெள்ளக் குறைந்து பின் மறைந்தே போனது. வத்சலா அடுத்து எப்போது வருவாள், என்ன பேசுவாள் என்பது மட்-டுமே டாக்டர் தீரனின் எண்ண ஓட்டத்தை ஆக்கிரமிக்கும் நினை-வுகளாயின. மற்ற பேஷண்ட்டுகளைப் பார்ப்பதும், அவர்கள் பேசுவ-தைக் கேட்பதும் போகப் போக எரிச்சல் தரும் விஷயங்களாயின. அதன் விளைவாக மாலை நேர அப்பாயிண்ட்மெண்ட்டுகளை இனிமேல் யாருக்கும் கொடுக்கவேண்டாம் என்று முகிலனுக்கு உத்தரவிட்டார் டாக்டர் தீரன். என்ன, ஏது என்று ஆச்சர்யமாய் விசாரித்தவனை ப்ராக்-டிஸிலிருந்து ரிடையர் ஆகும் எண்ணம் தலைதூக்குவதாகவும் அதன் முதல் கட்டமாக இந்த நடவடிக்கை என்றும் அவனிடம் கூறினார். முகி-லனுக்கு அந்த வார்த்தைகளில் இருந்த நியாயம் புரிந்ததால் மாலை நேர பேஷண்ட்டுகளை காலை அப்பாயிண்ட்மெண்ட்கள் கொடுத்து மாற்றி-னான். மாற்ற முடியாத, விரும்பாத பேஷண்ட்டுகளை அவர்கள் விரும்-பும் வேறு சைக்யாட்ரிஸ்ட்டுகளிடம் மாற்றிக் கொள்வதற்கு உதவினான். மாலையில் இனி முகிலன் வருவதற்கான அவசியமில்லை என்று டாக்-டர் தீரன் கூறியதால் மாலைகளில் க்ளினிக் வருவதை நிறுத்தினான்.

கிட்டத்தட்ட ஒன்றரை மாதங்கள் கழித்து இரவு எட்டரை மணி போல் க்ளினிக் இருக்கும் தெருவின் வழியாகத் தற்செயலாகச் சென்றவன் அங்கு எரியும் விளக்கைப் பார்த்து ஒன்றும் புரியாமல் உள்ளே நுழைந்-தான்.

ரிசப்ஷனில் எரியும் லைட்டையும், டாக்டர் தீரனின் மூடிய கதவின் அடியில் தெரியும் ஒளிக்கீற்றையும் பார்த்தவன், குழப்பமாய் நின்றான் அவர் கதவின் முன். உள்ளிருந்து டாக்டர் தீரனின் குரல் கேட்டது.

"சார்...! சார்...!" என்றபடி கதவைத் தட்டினான்.

சட்டென்று நின்ற அவர் குரல், "யாரது?" என்று கேட்டது.

"சார்...! நான் தான், சார்... முகிலன்".

"One minute", என்ற டாக்டர் தீரனின் குரல் சற்று இடைவெளிக்குப் பின், "Come in", என்றது.

உள்ளே நுழைந்த முகிலன் டாக்டர் தீரனின் முகத்தில் அப்பியிருந்த பரந்த புன்னகையையும் கண்களின் ஓரம் மின்னும் சிறு குறும்பையும் பார்த்து ஒன்றும் புரியாமல் நின்றான். அனிச்சையாக அவர் அறையைச் சுற்றிச் சுழன்ற பார்வை அவரைத் தவிர யாரையும் அவன் கண்களுக்குப் புலப்படுத்தவில்லை.

"என்ன முகிலா, இந்நேரத்திற்கு இங்கே?" என்றார் டாக்டர் தீரன் குறையாத புன்னகையுடன். அவர் அறையில் இருக்கும் போது அவர் புன்னகைத்து அவன் பார்த்ததில்லை இத்தனை வருடங்களில்.

"ஒன்றுமில்லை, சார். இந்த வழியாகப் போனேன். க்ளினிக்கில் லைட் எரிவதைப் பார்த்து உள்ளே நுழைந்தேன்", என்றவன், "ஏதாவது எமர்ஜென்சி அப்பாயிண்ட்மென்ட்டா, சார்? ஒரு போன் செய்திருந்தால் நான் வந்திருப்பேனே, சார். ஃபைல் எதாவது எடுக்க வேண்டுமா?" என்று கேட்டான்.

"அதெல்லாம் எதுவுமில்லை, முகிலா. ஒரு கேஸைப் பற்றிய விஷயம் ஒன்று சட்டென்று நினைவுக்கு வந்தது. கேஸ் நோட்ஸில் குறித்து வைத்துவிடலாமென்று வந்தேன். வேறு ஒன்றுமில்லை", என்றார் டாக்டர் தீரன்.

டாக்டரின் வீடு அந்தக் கட்டிடத்தின் மாடியிலேயே இருந்ததால் அது ஒன்றும் சிரமமானக் காரியம் அல்ல என்று முகிலனுக்குத் தெரியும். இது அடிக்கடி நடக்கும் செயல் கூட.

"ஓகே, சார். அப்படியென்றால் நான் ரிசப்ஷனில் இருக்கிறேன். நீங்கள் முடித்தபின் எல்லாவற்றையும் பூட்டி சாவியை உங்களிடம் கொடுத்துவிட்டு நான் செல்கிறேன்", என்றான் முகிலன்.

"அதெல்லாம் வேண்டாம், முகிலா. நீ கிளம்பு. நான் பார்த்துக்கொள்கிறேன்", என்று அவசரமாக மறுத்தார் டாக்டர் தீரன்.

"சார், அது என்னுடைய வேலை. நீங்கள் இங்கே இருக்கும் போது உங்களை விட்டுவிட்டு நான் எப்படிப் போக முடியும்? பரவாயில்லை, நான் இருக்கிறேன், சார்", என்றான் முகிலன்.

"முகிலா, சொல்வதைக் கேள். நீ கிளம்பு. என் வேலையும் முடிந்துவிட்டது. நானும் கிளம்பிவிடுவேன். நீ இருக்கவேண்டும் என்று நான் நினைத்தால் நானே சொல்லமாட்டேனா?", என்ற டாக்டர் தீரன் அவர் இருக்கையில் இருந்து எழுந்து வந்து அவன் தோள் மேல் கை வைத்து அவனைக் கதவை நோக்கி அழைத்துச் சென்றார்.

கதவின் அருகில் வந்ததும் முகிலன் நின்றான். "சார், ப்ளீஸ், நான் இருக்கிறேனே... உங்களை விட்டுவிட்டுச் சென்றால் இரவு எனக்குத் தூக்கம் கூட வராது", என்று சொன்னவனின் பார்வை சட்டென்றுக் குத்தி நின்றது டாக்டர் தீரனின் மேஜை மேல் இருந்த அந்த ஒற்றை டெட்ரா பாக் மில்க் ஷேக்கின் மீது.

டாக்டர் தீரனின் முதுகுக்குப் பின்னால் இருந்த எதன் மீது முகிலனின் பார்வை மையம் கொண்டுள்ளது என்பதை உணர்ந்த டாக்டர் தீரன், "சொன்னால் கேள், முகிலா. நீ கிளம்பு. காலையில் பார்க்கலாம். Good night", என்றபடி கதவைத் திறந்து அவனை வெளியே அனுப்பிப் பின் கதவை மூடித் தாளிட்டார்.

ஒரு கணம் உறைந்து நின்றான் முகிலன். அவன் மனம் இன்னும் அந்த டெட்ரா பாக்கின் மேலேயே இருந்தது. எங்கிருந்து வந்தது அது? யார் கொடுத்தது? கடைகளுக்குப் போய் சாமான்கள் வாங்கும் பழக்கமில்லாதவர் டாக்டர் தீரன். அவர் வீட்டின் சமையல் சாமான்கள் வாங்குவது கூட முகிலன் தான். சமையல்காரர் முத்தண்ணாவிடம் கேட்டு லிஸ்ட் போட்டு ஆன்லைனில் ஆர்டர் செய்வது மொத்தமும் முகிலன் தான். ஏதாவது கூடுதலாக வேண்டுமென்றால் டாக்டர் தீரன் அதையும் முகிலனிடம் தான் சொல்லுவார். இதுவரையில் அவர் மேஜையில் பார்த்த மில்க் ஷேக்கை ஒருமுறை கூட வாங்கியதுமில்லை, அவர் அதைக் குடித்து அவன் பார்த்ததுமில்லை.

அவன் நினைவுகளின் குறுக்கேப் பாய்ந்தது டாக்டர் தீரனின் சிரிப்பொலி. அதிர்ச்சி கலந்த குழப்பத்துடன் மூடியக் கதவைப் பார்த்தான் முகிலன். கவலையும் குழப்பமும் உந்தித் தள்ள, தாழிட்டக் கதவில் காது வைத்துக் கேட்க முயற்சித்தான்.

டாக்டர் தீரனின் குரல் ஏதோ சொல்வது சன்னமாகக் கேட்டது. சற்று இடைவெளிக்குப் பின் மறுபடியும் அவர் குரல் ஒலித்தது யாருக்கோ எதற்கோ பதில் சொல்லும் தொனியில்.

அதிர்ந்து பின்வாங்கினான் முகிலன். யாருடன் பேசுகிறார் டாக்டர் தீரன்?

பதட்டமும் படபடப்பும் கால்களைப் பின்ன, அவசர அவசரமாய் வெளியே வந்தவன், கொஞ்சம் தள்ளி நின்று அவன் கைபேசியில் ஒரு நம்பரை அழைத்தான்.

மூன்றாவது ரிங்கில், "என்னடா முகிலா, இந்நேரத்துக்கு? Any problem?" என்று கேட்ட டாக்டர் சங்கரனிடம், "I think so, சார். நேரில் தான் பேசமுடியும். எப்போது பார்க்கலாம் உங்களை?" என்றான் முகிலன்.

"உன் குரலே சரியில்லையே, முகிலா. அவசரமென்றால் வீட்டிற்கு இப்போது வாயேன் ", என்றார் டாக்டர் சங்கரன்.

"க்ளினிக்கில் தான், சார், இருக்கிறேன். அரைமணி நேரத்தில் வீட்டிற்கு வருகிறேன்", என்றவன் திரும்பி ஒரு முறை க்ளினிக்கைப் பார்த்துவிட்டு பைக்கை ஸ்டார்ட் செய்தான்.

டாக்டர் தீரனும் டாக்டர் சங்கரனும் பள்ளியிலிருந்து நெருங்கிய தோழர்கள். மருத்துவக் கல்லூரியிலும் இணைபிரியா நண்பர்கள். டாக்டர் தீரன் முதுகலையில் சைக்யாட்ரியைத் தேர்வு செய்ய, டாக்டர் சங்கரன் அறுவை சிகிச்சையைத் தேர்ந்தெடுத்தார். ‘உடம்புக்கு நான் மனசுக்கு அவன்னு கூறுபோடறதைக் கூடப் பங்கு பிரிச்சிகிட்டோம்டா, முகிலா’, என்று அவனிடம் விளையாட்டாய் சொல்லியிருக்கிறார் டாக்டர் சங்கரன். அவருக்கு இருப்பது பெரிய குடும்பம் என்றாலும், டாக்டர் தீரனுக்கு டாக்டர் சங்கரன் தான் குடும்பம், சொந்தம், பந்தம் எல்லாம். முகிலனின் வரவிற்குப் பின் தான் டாக்டர் தீரனைப் பற்றிய கவலைகள் டாக்டர் சங்கரனுக்குச் சற்றேக் குறையத் தொடங்கின. இப்போது நடப்பதைப் பார்த்தால் இல்லாத கவலைகள் எல்லாம் இருவருக்கும் மொத்தமாய்ச் சேர்ந்து வந்துவிட்டதோ என்று மனதைக் குடையும் எண்ணங்களுடன் பைக்கில் விரைந்தான் முகிலன்.

"நான் வெளியே வரலாமா, டாக்டர்?" என்று கேட்டபடி கன்சல்டேஷன் அறையுடன் சேர்ந்த பாத்ரூமிலிருந்து லேசாகத் தலையை நீட்டினாள் ‘வத்சலா’.

"Please come. I'm so sorry, வத்சலா, உங்களை முகிலனின் பார்வையில் படாமல் ஒளியச் சொன்னதற்கு", என்றார் டாக்டர் தீரன். "I didn't want to get into a long explanation", என்றார்

அவர் செய்கைக்குக் காரணமாக.

"It's okay, Doctor. புரிகிறது எனக்கு. நான் 'பேஷண்ட் அல்லாத பேஷண்ட்' அல்லவா?" என்றால் 'வத்சலா' புன்னகையுடன். "நேரமாகி-விட்டது, டாக்டர். I better get going", என்றாள்.

"இன்று இந்தக் கண்ணாமூச்சி ஆட்டத்தில் நேரம் நிரம்பவே வீணா-கிவிட்டது", என்ற டாக்டர் தீரன் ஏதோத் தோன்றியவராய், "ஒன்று செய், வத்சலா. என் பர்சனல் நம்பரைக் குறித்துக் கொள். நீ வருவதாய் இருந்தால் என்னை அந்த நம்பரில் அழை. இது போல் தொந்தரவுகள் இல்லாமல் பார்த்துக் கொள்கிறேன்", என்றார்.

" தொந்தரவு வேண்டாமென்று என் கைப்பேசியைக் காரில் வைத்-துவிட்டேன் டாக்டர்", என்று கூறி கைப்பை திறந்து சிறிய நோட்டும் பேனாவும் எடுத்து அவர் கூறிய கைபேசி எண்ணை எழுதிக்கொண்-டாள்.

கதவைத் திறந்து வெளியே சென்றவள் ஒரு கணம் நின்றுத் திரும்பி டாக்டர் தீரனைப் பார்த்து, "It was fun. Good night, Doctor", என்றுவிட்டுச் சென்றாள்.

"Good night", என்று அனிச்சையாய் பதிலளித்த டாக்டர் தீரனின் மனதில், 'Yes, it was fun, wasn't it?' என்ற கேள்வி சுற்றிச் சுழன்-றது. எதிர்பாராவிதமாய் நடுவில் இடைமறிக்கப்பட்டு 'session' முழு-மையாய் நிறைவு பெற முடியாததில் வத்சலாவைவிட அவருக்கு ஏமாற்-றம் அதிகமிருந்தது. வத்சலாவின் வருகையும் பேச்சும் தான் அவரை அவருக்கே ஒரு மனிதனாய் உணரவைப்பதாய் நினைக்க ஆரம்பித்து பல நாட்களாகின்றன. அவருடைய நாட்களும் பொழுதுகளும் அவளு-டைய வருகையை எதிர்நோக்கி இருக்கும் தருணங்களாக மாறிவிட்ட-தையும் அவர் உணர்ந்தார். மற்ற பேஷண்ட்டுகளைப் பார்ப்பது கூட இந்தக் கணங்களின் வெறுமையை சற்றே மறக்கச் செய்யத்தான் என்-பதை அவர் உணர்ந்தும் கொஞ்ச காலமாகிறது. அப்படி எதிர்பார்த்-துக் காத்திருந்த வத்சலாவின் வருகை இன்று முகிலனால் பாதியில் தடைபட்டுவிட்டது. டாக்டர் தீரனுக்கு எரிச்சல் கலந்த கோபம் வந்தது முகிலனின் மீது, முதல் முறையாக. அவன் ஏன் இன்று இங்கு வந்-தான்? அப்படியே வந்தாலும் போகச் சொன்னவுடன் போகவேண்டியது தானே... நின்று என்ன அத்தனை விசாரணை?

சட்டென்று டாக்டர் தீரனுக்கு சிரிப்பு வந்தது, மேஜை மேல் இருந்த மில்க் ஷேக்கின் மீது முகிலனின் கண்கள் பதிந்த போது அவன் முகத்தில் தோன்றிய பாவனையை நினைத்து. அந்தக் கணத்தில் அவன் முன் சிரித்துவிடக் கூடாதே என்றுக் கஷ்டப்பட்டு அடக்கிக்கொண்டு அவனை வெளியே அனுப்புவதற்குள் அவர் சிரமப்பட்டுத்தான் போனார். 'It *was* fun, wasn't it?' என்று தனக்குள்ளே நினைத்துக் கொண்டவரின் உதடுகளில் ஒட்டியிருந்த புன்னகை சட்டென்று மறைந்தது துடைத்துவிட்டது போல். 'இதற்கு மேலும் இந்த வெற்று வாழ்க்கையில் ஒட்டிக்கொண்டிருப்பது முடியாத ஒன்று', என்று முடிவெடுத்தவர் அவர் முடிவை நாளை முகிலனிடம் சொல்லவேண்டும் என்று நினைத்துக்கொண்டார்.

மறுநாள் காலை வீட்டின் அழைப்பு மணி சத்தம் கேட்டுக் கதவைத் திறந்தவர் முகிலனுடன் டாக்டர் சங்கரனும் நின்றிருப்பதைப் பார்த்து ஒரு கணம் திகைத்து, பின் புன்னகைத்தார்.

"இன்றிரவு தான் உன்னை எதிர்பார்த்தேன். காலை சர்ஜரி எதுவும் இல்லையா?" என்றார் கதவை அகலத் திறந்தபடி.

"நல்லவேளையாக இல்லை", என்றபடி உள்ளே நுழைந்த சங்கரன் தீரனின் உடையைப் பார்த்துவிட்டு, "நீ ஏன் இன்னும் கிளம்பாமல் இருக்கிறாய்? நான் வருவதை சொல்லிவிட்டாயா?" என்று முகிலனிடம் கேட்டார்.

"இல்லை, சார்", என்ற முகிலன், "எனக்கும் அதுதான் ஆச்சர்யமாக இருக்கிறது. உடம்புக்கு ஏதேனும்...?" என்று கேட்டான் டாக்டர் தீரனைப் பார்த்து பதட்டத்துடன்.

"சே, சே, அதெல்லாம் எதுவும் இல்லை. உனக்குத் தெரியாமல் என் உடம்புக்குக் கூட எதுவும் முடியாமல் போகாதே, முகிலா", என்றார் டாக்டர் தீரன் சிறு புன்னகையுடன்.

"இதெல்லாம் சொல்லுவீர்கள்... ஆனால் எனக்குத் தெரியாமல் பேஷண்ட்டை மட்டும் பார்ப்பீர்கள்", என்றான் முகிலன் லேசான வருத்தம் கலந்த கோபத்துடன்.

ஒரு கணம் அவனை ஊன்றிப் பார்த்த டாக்டர் தீரன், "வா, முகிலா, உட்கார். இன்றிரவு நானே உங்கள் இருவரிடமும் பேசலாம் என்றிருந்-

தேன். நீங்களே வந்துவிட் டீர்கள். நல்லதாகப் போயிற்று", என்றார்.

ஒன்றும் புரியாமல் டாக்டர் சங்கரனைப் பார்த்த முகிலன் அவர் அமரச் சொல்லி தலையசைத்ததும் எதிரெதிரே அமர்ந்திருந்த நண்பர்களுக்கு இடையில் இருந்த பக்கவாட்டு சோபாவில் அமர்ந்தான்.

"நீயும் முகிலன் கேட்டதைத் தான் கேட்கப் போகிறாயா?" என்றார் டாக்டர் தீரன் சங்கரனை நோக்கி.

"இல்லை. நீ சொல்வதைக் கேட்க வந்தேன்", என்றார் டாக்டர் சங்கரன்.

மெலிதாய் புன்னகைத்தார் டாக்டர் தீரன். ஒரு நிமிடம் மௌனமாய் இருந்தவர் இருவரையும் மாறி மாறிப் பார்த்துவிட்டுப் பார்வையை தன் நண்பன் மேல் பதித்து, "ப்ராக்டிஸை நிறுத்தி விடலாம் என்றிருக்கிறேன்", என்றார். இது கிட்டத்தட்ட முடிவான ஒன்று என்பதால் அதில் இருவருக்கும் எந்த ஆச்சர்யமும் ஏற்படவில்லை.

"அப்புறம் ஏன் புதிதாய் பேஷண்ட் பார்க்கிறாய்? அதுவும் முகிலனுக்குத் தெரியாமல்?"

"அவள் பேஷண்ட் இல்லை".

சட்டென்று அதிர்ந்தனர் சங்கரனுக்கு முகிலனும்.

"கடவுளே! உங்கள் கற்பனைகள் அதற்குள் எங்கோ சென்றுவிட்டனவா? அவள் பேஷண்ட் தான். ஆனால் 'பேஷண்ட் அல்லாத பேஷண்ட்'", என்றார் டாக்டர் தீரன்.

"டேய்! என் ஸ்பெஷாலிட்டி சர்ஜரி, சைக்யாட்ரி இல்லை. புரியும்படி சொல்", என்றார் டாக்டர் சங்கரன்.

"ப்ரச்னை என்று எதுவும் இல்லை அவளுக்கு. அவள் பேசுவதைக் கேட்பதற்கு அவளுக்கு ஒருவர் தேவை என்று தான் வந்தாள். வரும்போதெல்லாம் பேசிவிட்டுப் போகிறாள். மற்ற பேஷண்ட்டுகளுக்குக் கேட்பத்தைப் போல் தான் அவள் பேசுவதையும் கேட்கிறேன். என்ன ஒரு வித்தியாசம் - மற்ற பேஷண்ட்டுகளுக்குச் சொல்வதைப் போல் ஆலோசனைகளோ, அறிவுரைகளோ, பரிந்துரைகளோ சொல்லத் தேவையில்லை இவளுக்கு", என்ற டாக்டர் தீரனின் கண்கள் சட்டென்று தூரத்தில் வெறிக்க, உதடுகளில் மெல்லிய புன்னகை படர்ந்தது.

கனமாய் நிலவிய மௌனத்தைக் கிழித்தன டாக்டர் சங்கரனின் வார்த்தைகள்.

"Are you in love with your patient?"

கேட்ட கேள்வி காதில் விழுந்ததா என்று சந்தேகத்துடன் அவரைப் பார்த்துக்கொண்டிருந்த டாக்டர் சங்கரனை நிதானமாய்க் கண்களைத் திருப்பிப் பார்த்தார் டாக்டர் தீரன்.

"Am I in love with my patient? " என்று கேள்வியை மறுபடிக் கேட்டவர், "I don't know ", என்றார். "ஆனால் அவள் வரும் அந்த ஒரு மணி நேரத்தை நோக்கித் தான் என் நாட்களின் மற்ற மணித்துளிகள் நகர்கின்றன".

நிமிர்ந்து அமர்ந்தார் டாக்டர் சங்கரன். சோபாவின் நுனிக்கு வந்தான் முகிலன்.

"மனித மனங்களின் விகாரங்களையும் பிறழ்வுகளையும் மட்டுமே அறிந்த எனக்கு அவள் பேசுவதைக் கேட்டபின் தான் மனித மனம் எவ்வளவு அற்புதமானது என்பது தெரியவந்தது. வாழ்க்கையில் இல்லாமல் போனது, சொல்லப்போனால் வாழ்க்கையே இல்லாமல் போனது என்று அவள் என் வாழ்வில் வந்த பின் தான் தெரிந்தது", என்று சொல்லிவிட்டு சிந்தனையில் மூழ்கினார் டாக்டர் தீரன்.

டாக்டர் சங்கரனும் முகிலனும் ஒருவரை ஒருவர் பார்த்துக்கொண்டார்கள்.

"தீரா, நீ என்ன சொல்கிறாய் என்று தெரிந்து தான் சொல்கிறாயா? If this is not 'being in love' what is? இது எவ்வளவு ஆபத்தானது என்று என்னை விட உனக்கு நன்றாகத் தெரியும். மெடிக்கல் கவுன்சிலுக்குத் தெரிந்தால் அவ்வளவு தான். இதை இத்தோடு நிறுத்தவேண்டும். இல்லையென்றால் உன் லைசென்ஸ் மட்டுமல்ல, இத்தனை வருடங்களாக நீ சம்பாதித்து வைத்திருக்கும் பெயரும் பறிபோய்விடும். அவள் யாரென்று சொல். நாங்கள் பார்த்துக்கொள்கிறோம். இனி நீ அவளை சந்திப்பது கூடாது", என்றார் டாக்டர் சங்கரன் பதட்டத்துடன்.

"அந்த பேஷண்ட் ஃபைலை வீட்டில் வைத்திருக்கிறீர்களா, சார்? க்ளினிக்கில் இல்லை. தேடிவிட்டேன்", என்று சட்டென்று எகிறிய பதட்டத்துடன் கேட்டான் முகிலன்.

"ஃபைலே இல்லை", என்றார் டாக்டர் தீரன் பதட்டமேயில்லாமல்.

"என்ன சார்? ஃபைலே இல்லையா? பின் பேஷண்ட் நோட்ஸ் எதில் வைத்திருக்கிறீர்கள்?"

"நோட்ஸ் எதுவும் எடுக்கவில்லை".

வாயடைத்துப் போனான் முகிலன். பேஷண்ட் நோட்ஸ் இல்லாமல் கேஸ் பார்ப்பதா? அவனுடைய இத்தனை வருட அனுபவத்தில் அவன் அறிந்திராத ஒன்று.

டாக்டர் சங்கரனும் கூட விக்கித்துப் போனார். தனிப்பட்ட முறையில் ஒரு பேஷண்ட்டைப் பார்த்தால் கூட அந்தக் குறிப்புகள் எந்த ரூபத்திலாவது எப்படியாவது பதியப்பட்டுவிடும் மருத்துவர்களால். அவர்களுடைய ரெஃபரன்சுக்காக மட்டுமல்ல, பின்னாளில் வைத்தியத்தின் நீட்சியை அறிந்து கொள்வதற்காகவும். அதுவும் ஒரு சைக்யாட்ரிஸ்ட்டிற்கு பேஷண்ட் நோட்ஸ் தான் அஸ்திவாரம், அடித்தளம், மேல்தளம் எல்லாம். அது இல்லாமல் பேஷண்ட்டைப் பார்ப்பதா? ஓ! ஒருவேளை 'பேஷண்ட் அல்லாத பேஷண்ட்' என்பதால் தீரன் இதைத் தவிர்த்துவிட்டானா?

ஆழ மூச்சிழுத்தார் டாக்டர் சங்கரன்.

"சரி, நோட்ஸ் தான் எடுக்கவில்லை, பேஷண்ட்டின் பர்சனல் டீட்டெய்ல்ஸ் இருக்குமல்லவா, அதைக் கொடு. போதும்".

"அதையும் குறிக்கவில்லை".

லேசாய்க் கோபம் வரத் தொடங்கியது டாக்டர் சங்கரனுக்கு.

"சரி விடு. நினைவில் இருப்பதை சொல்".

"நினைவில் எதுவும் இல்லை. ஏனென்றால் இது எதையும் அவளிடம் கேட்கவில்லை".

பல்லைக் கடித்துக்கொண்டார் டாக்டர் சங்கரன். கோபித்து எதுவும் ஆகப்போவதில்லை.

"சரி, அதையும் விடு. அவளைப் பற்றி உனக்குத் தெரிந்ததைச் சொல்".

"நாற்பத்தி நான்கு - நாற்பத்தி ஐந்து வயது இருக்கும். உயர் கல்வி படித்தவள். வசதிக்குக் குறைவில்லை. விலையுயர்ந்த கைப்பையும் வாட்சும் அணிவாள். ஏதோ ஒரு மிகப்பெரிய நிறுவனத்தில் உயர்மட்ட நிர்வாகத்தில் பணிபுரியக்கூடும் அல்லது சொந்தமாகத் தொழில் செய்ய வேண்டும் என்று நினைக்கிறேன். வேறு ஏதும் தகவல்கள் இல்லை என்னிடம்".

"குடும்பம், கணவன், குழந்தைகள்?"

"தெரியாது".

"எந்த ஊர்?"

"தெரியாது".

"பெற்றோர், உடன் பிறந்தவர்கள்?"

"தெரியாது".

அடக்கி வைத்திருந்தக் கோபம் பீறிட்டு வெளிவந்தது டாக்டர் சங்கரனிடமிருந்து.

"டேய் தீரா! என்ன தான் தெரியும் அவளைப் பற்றி?" என்று வெடித்தார்.

"பெயர்", என்று சொன்ன டாக்டர் தீரன், எதையோ அப்போது தான் உணர்ந்தவர் போல் அமைதியானார்.

"அப்பா! அதாவது தெரிந்ததே! அதையாவது சொல்", என்றார் டாக்டர் சங்கரன் வற்றாதக் கோபத்துடன்.

"அவளிடம் அவள் பெயரைக் கேட்டேன். 'என்னைப் பார்த்தால் என்ன பெயர் தோன்றுகிறது?' என்று என்னைக் கேட்டாள். தோன்றிய பெயரைச் சொல்லித்தான் அவளை அழைக்கிறேன் - 'வத்சலா'", என்றார் டாக்டர் தீரன்.

டாக்டர் சங்கரனின் கண்கள் சட்டென்று இடுங்கின.

"என்ன பெயர்? இன்னொரு முறை சொல்", என்றார்.

"வத்சலா".

டாக்டர் தீரனின் குரல் குழைந்து வந்தது. உச்சரித்த பெயர் ஏதோ நினைவுகளைக் கிளற கண்கள் தூரத்தை வெறிக்க, அமைதியானார் அவர்.

சற்று நேரம் கண்கள் மூடி யோசித்தார் டாக்டர் சங்கரன். அதிகரித்துச் செல்லும் பதட்டத்துடன் அவரையும் டாக்டர் தீரனையும் மாறி மாறிப் பார்த்துக்கொண்டிருந்தான் முகிலன்.

சிறிது நேரத்தில் ஏதோ முடிவுக்கு வந்தவர் போல் சட்டென்றுக் கண் திறந்தார் டாக்டர் சங்கரன்.

"சரிடா தீரா, பிராக்ட்டிஸை நிறுத்திவிட வேண்டும் என்பதுதானே உன் விருப்பம்? அது இப்போதே நிறைவேறிவிட்டதாக வைத்துக்கொள். இந்த நொடியிலிருந்து நீ எந்த பேஷண்ட்டையும் பார்க்கத் தேவையில்லை, 'பேஷண்ட் அல்லாத பேஷண்ட்' உள்பட", என்றவர் முகிலனிடம் திரும்பி, "நீ வா, முகிலா", என்றபடி வெளியேறினார்.

முகிலனை அழைத்துக்கொண்டு நேரேத் தன் காருக்குச் சென்றவர், தன் டிரைவரிடம் போய் ஒரு டீ அருந்திவிட்டு, தான் கைபேசியில் அழைத்தபின் வரச்சொல்லிவிட்டு, முகிலனை முன் பக்க இருக்கையில் அமரச் சொல்லி அவர் பின் இருக்கையில் அமர்ந்தார்.

"சார், உங்கள் முகத்தைப் பார்த்தால் எனக்குப் பயமாக இருக்கிறது. 'வத்சலா' என்றப் பெயரைக் கேட்டவுடன் உங்கள் முகம் மாறியதைக் கவனித்தேன். யார் சார், இந்த 'வத்சலா'? உங்களுக்குத் தெரியுமா?" என்றுக் கவலையுடன் பின்னால் திரும்பிக் கேட்டான் முகிலன்.

சற்று நேரம் வெளியே வெறித்தபடி இருந்த டாக்டர் சங்கரன் ஒரு பெருமூச்சுடன் முகிலனை நோக்கித் திரும்பினார்.

"நான் நினைத்ததை விட பிரச்னை வேறாகவும் மோசமானதாகவும் இருக்கிறது, முகிலா", என்றவர், சிறிய இடைவெளி விட்டுத் தொடர்ந்தார்.

"எங்கள் ஊர் பள்ளியில் பத்தாவது வரை தான். பதினோராம் வகுப்பிற்கு அருகில் இருக்கும் டவுனுக்கு, அதுவும் பஸ்ஸில் தான் போகவேண்டும். எங்களைப் போலவே சுற்றி உள்ள ஊர்களில் இருந்தும் அந்தப் பள்ளிக்கு வருவார்கள். அப்படி ஓர் ஊரில் இருந்து எங்கள் வகுப்பில் சேர்ந்தவர்களில் ஒருத்தி வத்சலா. பார்த்தவுடனேயே எல்லோருக்கும் தெரியும் அவள் வசதியானக் குடும்பத்துப் பெண் என்று. பள்ளியில் உள்ள எல்லா மாணவர்களுக்கும், நான் உள்பட, அவள் மேல் அந்த வயதுக்கே உரித்தான ஈர்ப்பு. தீரனைத் தவிர. தினத்தோறும் நாங்கள் அவளைப் பார்ப்பதற்கும் அவள் எங்களைப் பார்ப்பதற்கும் தவமாய் தவமிருக்கும் போது தீரன் மட்டும் அவளை ஏறெடுத்தும் பார்க்கமாட்டான். அவள் இருக்கும் திசையில் கூடத் திரும்பமாட்டான். பொதுத் தேர்வு முடிந்து முடிவுகள் வெளிவந்த அன்று பள்ளிக்குச் சென்றிருந்தோம். தீரன் பள்ளியின் முதல் மாணவனாகத் தேர்ச்சி பெற்றிருந்தான். பள்ளிக்கு வந்திருந்த வத்சலா தீரனிடம் ஏதோ பேசவேண்டுமென்றுக் கூறி சற்றுத் தனியே அழைத்தாள். நானும் உடன் வந்தால் தான் வருவேன் என்று தீரன் பிடிவாதமாக இருக்கவே வேறு வழியில்லாமல் அவனுடன் நானும் சென்றேன். அன்று அவள் சொன்னது இன்னும் என் நினைவின் ஆழத்தில் அமிழ்ந்திருக்கும் என்று இப்போது வரை எனக்குத் தெரியவில்லை.

"இந்த உலகத்தில் எனக்குப் பிடித்தமானது நீ ஒருவன் தான், தீரா. என் வாழ்நாள் முழுவதும் உன்னுடன் இருக்க விரும்புகிறேன். மேலே படிக்கவேண்டும் என்றோ ஏதேனும் வேலைக்குச் செல்லவேண்டும் என்றோ எனக்கு எந்தவித ஆர்வமும் இல்லை, அதற்கு எனக்கு எந்த-விதத் தேவையும் இல்லை. ஆனால் நீ டாக்டர் ஆக வேண்டும் என்ற கனவுடன் இருக்கிறாய் என்று எனக்குத் தெரியும். உன் பெற்றோருக்-கும் அது தான் ஆசை என்பதும் தெரியும். ஆகையால் அது நிறை-வேறும் வரை நான் காத்திருக்கிறேன். மேலே படிக்கவேண்டும் என்று என் வீட்டில் சொல்லி எப்படியாவது சமாளித்துக்கொள்கிறேன். நீ படித்து முடித்து டாக்டராகி என்னைத் திருமணம் செய்து கொள். உன் வாழ்-வையும் உன்னையும் என் உயிரை விட மேலாய் பார்த்துக்கொள்கிறேன். சம்மதமா?"

ஓர் ஆணிடம் ஒரு பெண் தன் காதலைச் சொல்லி அவன் வார்த்-தையை எதிர்நோக்கி நிற்பது எப்பேர்ப்பட்ட தருணம்! அப்பேர்பட்டத் தருணத்தில் அங்கே அவனையும் அவளையும் தவிர வேறு யாருக்கும் அனுமதியும் இல்லை, உள் நுழைய உரிமையும் இல்லை. வத்சலாவின் முகத்தில் தெரிந்த காதலையும் அவள் கண்களில் தீரனின் மீது அவள் கொண்டிருந்த நேசத்தையும் நான் உணர்ந்த கணத்தில் எனக்கு அப்-படியேக் காற்றில் கரைந்துவிட்டாலென்ன என்றுத் தோன்றியது இன்-னும் நினைவிருக்கிறது. ஆனால் அந்த உணர்வைப் பின்னுக்குத் தள்ளி மனமெங்கும் நிறைந்திருந்தது தீரன் என்ன சொல்லப் போகிறான் என்றப் பதட்டம்.

அவன் குடும்பத்தைப் பற்றி வத்சலாவேத் தெரிந்து வைத்திருக்கும் போது சிறு வயதிலிருந்து ஒன்றாய் வளர்ந்து, விளையாடி, படித்து வரும் எனக்கு அவன் குடும்ப சூழல் தெரியாமலா இருக்கும்? அவனுக்குப் பின் பிறந்த இரண்டு குழந்தைகளையும் நோய் அது இது என்று பறி-கொடுத்துவிட்ட தீரனின் பெற்றோருக்கு தீரன் தான் கனவு, நம்பிக்கை, வாழ்க்கை எல்லாம். அவனுடைய தந்தை பட்டாசுத் தொழிற்சாலை ஒன்றில் வேலை செய்ய அவனுடைய அம்மா வீட்டிலேயேத் தீப்பெட்டி தயாரித்து வந்தார்.

தீரன் என்ன சொல்லப் போகிறான் என்ற பதட்டத்தைவிட என்ன சொல்லிவிடக்கூடாது என்ற பதட்டம் தான் என்னுள்ளே நிரம்பியிருந்தது. வத்சலா சொன்னது அத்தனையையும் தீரன் தலையைக் குனித்துத்

தரையைப் பார்த்துக்கொண்டேக் கேட்டான். 'சம்மதமா?' என்று அவள் கேட்ட கேள்விக்கு 'இல்லை' என்ற ஒற்றை வார்த்தையைப் பதிலாக அவளை ஏறெடுத்தும் பார்க்காமல் சொல்லிவிட்டுத் திரும்பிச் சென்றுவிட்டான். அவன் பதிலைக் கிட்டத்தட்ட எதிர்பார்த்தவள் போல் திரும்பிச் செல்லும் அவன் உருவத்தையேப் பார்த்துக்கொண்டு நின்ற வத்சலா, திரண்டு நின்று வழியக் காத்திருக்கும் கண்ணீருடன் என்னைப் பார்த்த பார்வை இருக்கிறதே..."

டாக்டர் சங்கரன் உடல் தன்னிச்சையாக சிலிர்த்தது. முகிலன் அப்போதுதான் தான் மூச்சுவிட மறந்துவிட்டதை உணர்ந்து ஆழமாக மூச்சிழுத்தான். டாக்டர் சங்கரன் சொல்லும் நினைவோட்டம் புரிந்தது. ஆனால் அந்த வத்சலாவிற்கும் இந்த வத்சலாவிற்கும் என்ன தொடர்பு என்று புரியவில்லை. அந்த வத்சலா தான் இந்த வத்சலாவா? இருப்பதற்கு வாய்ப்பில்லை. அப்படி இருந்தால் இந்த வத்சலாவின் வயது டாக்டர் தீரன், டாக்டர் சங்கரன் வயது இருக்கவேண்டும். ஆனால் டாக்டர் தீரன் சொன்னதோ இந்த வாத்சலாவின் வயது நாற்பத்தி நான்கு - நாற்பத்தி ஐந்து இருக்கும் என்று. அதுவும் போக, 'வத்சலா' என்று இந்த வத்சலாவிற்கு டாக்டர் தீரன் தான் பெயர் வைத்து அழைத்ததாகக் கூறினார். யோசிக்க யோசிக்க தலை சுற்றியது முகிலனுக்கு.

"மருத்துவக் கல்லூரி, மருத்துவப் படிப்பு என்று எங்கள் இருவரின் வாழ்வும் மூச்சுவிட நேரமில்லாமல் ஓடிக்கொண்டிருந்தது", என்று அவருடைய நினைவுகளில் மூழ்கியவராகவே தொடர்ந்தார் டாக்டர் சங்கரன். "அவ்வப்போது எனக்குத் தோன்றிய அளவிற்குக் கூட வத்சலாவின் நினைவு தீரனுக்குத் தோன்றியது போல் தெரியவில்லை. இரண்டு மூன்று வருடங்களில் நானும் கூட சுத்தமாக மறந்து போனேன் அவளைப் பற்றி. நான்கு வருடங்கள் கழித்து ஒரு விடுமுறைக்கு ஊருக்குச் சென்றுப் பள்ளித் தோழர்களை சந்தித்த போது தெரியவந்தது வத்சலா இறந்து போன விஷயம். பள்ளிப் படிப்பை முடித்தக் கையுடன் அவளுடைய பெற்றோர் அவளுக்குத் திருமணம் முடித்து வைத்துவிட்டதாகவும், கணவன் வீட்டில் அடிக்கடி பணம் கேட்டு அவளைக் கொடுமைப்படுத்தியதாகவும், தொழில் நொடித்துப் போன அவள் தந்தை ஒரு கட்டத்திற்கு மேல் எதுவும் கொடுக்க முடியாமல் போனதாகவும், தன்னால் தன் தந்தை அனுபவிக்கும் துன்பத்தைத் தாங்க முடியாத வத்சலா கடிதம் எழுதி வைத்துவிட்டுத் தற்கொலை செய்துகொண்டதாகவும் நண்-

பர்கள் சொன்னபோது எங்கள் அனைவரது பார்வையும் தீரனின் மீது தான் இருந்தது.

தலையைக் குனிந்து கொண்டே அத்தனையையும் கேட்டவன் ஒரு வார்த்தை கூடப் பேசாமல் அங்கிருந்து சென்றுவிட்டான். அடுத்து அவனைக் கல்லூரியில் தான் பார்த்தேன். எதுவுமே நடக்காதது போல் எப்போதும் போல் அவன் வாழ்க்கையைத் தொடர்ந்தான். அவன் பெற்றோர் எவ்வளவோ வற்புறுத்தியும் கெஞ்சியும் திருமண செய்ய மறுத்துவிட்டான். காரணத்தை என்னிடம் கூட இதுவரை சொல்லவில்லை. இப்போது தான் புரிகிறது. ஆனால்... ", என்று ஏதோ சிந்தனை இடற அதைத் தொடரும் பொருட்டு அப்படியே அமைதியானார்.

முகிலனுக்கு இன்னும் எதுவும் புரியவில்லை. டாக்டர் சங்கரன் எங்கே ஆரம்பித்து எங்கே செல்கிறார் என்று எவ்வளவு முயன்றும் அவனால் தெரிந்து கொள்ள முடியவில்லை.

"சார், ஆனால் இந்த வத்சலா...?" என்று தயங்கியபடியேக் கேட்டான்.

"Exactly", என்றார் டாக்டர் சங்கரன் அவர் நினைவுகளிலிருந்து விடுபட்டு. "ஆனால் இந்த வத்சலா...? யார் அவள்? நீ பார்த்திருக்கிறாயா? இல்லை க்ளினிக்கில் வேறு யாராவது பார்த்திருக்கிறீர்களா? இல்லை அவளைப் பற்றிய விவரங்கள் தான் ஏதாவது தெரியுமா?"

"சார், நீங்கள் என்ன சொல்கிறீர்கள்? கொஞ்சம் தெளிவாக சொல்லுங்கள். எனக்கு ஒரே குழப்பமாக இருக்கிறது", என்றான் முகிலன் நெற்றியைத் தேய்த்துக்கொண்டு.

"டேய் முகிலா, மூளையை உபயோகி. இத்தனை வருடங்களாக நீ வேலை பார்ப்பது ஒரு சைக்யாட்ரிஸ்ட்டிடம். க்ளினிக்கிற்கு இப்படி தீரன் சொல்வது போல் சொல்லிக்கொண்டு ஒருவர் வந்தால் நீ என்ன நினைப்பாய்?" என்று சற்று அழுத்தமானக் குரலில் கேட்டார் டாக்டர் சங்கரன்.

அவன் நெற்றியைச் சுருக்கி யோசிப்பதைப் பார்த்து, "கதவுக்கு வெளியே நின்று நீ கேட்கும் போது தீரனின் குரல் தவிர வேறு குரல் எதுவும் கேட்டதா?" என்று கேட்டார் அவனிடம்.

"இல்லை".

"எத்தனை டெட்ரா பாக் மில்க் ஷேக் டப்பாக்களைப் பார்த்தாய் அவன் மேஜை மீது?"

"ஒன்று", என்று ஒவ்வொன்றாக பதில் சொன்னவனுக்கு டாக்டர் சங்கரன் அவரின் கேள்விகள் கொண்டு அவனை எங்கே அழைத்துச் செல்கிறார் என்று சடாரென்று உறைத்தது.

"சார்...", என்றான் அதிர்ந்து நிமிர்ந்து.

"யெஸ்", என்றார் டாக்டர் சங்கரன் அவனுக்கு உறைத்ததை உணர்ந்து.

"இருக்குமா சார்?"

"வேறு எப்படி என்று நீ சொல்".

"'வத்சலா' என்ற பெண்ணே..."

"Exactly".

இடிந்து உடைந்தான் முகிலன். கண்களில் நீர் துளிர்த்தது.

"இப்போது என்ன, சார், செய்வது?" என்றான் கம்மிய குரலில்.

"முதலில் நீ திடமாகு. உன் கைகளில் தான் இருக்கிறது எல்லாம். சொல்கிறேன், கேள்".

ஆயிற்று கிட்டத்தட்ட இரண்டு மாதங்கள் இது நடந்து. டாக்டர் சங்கரன் துல்லியமாகத் திட்டமிட அதை முகிலன் பிசகில்லாமல் செயல்படுத்தியும் விட்டான். ஒரே வாரத்தில் க்ளினிக் மூடப்பட்டு, டாக்டர் தீரனுக்கும் முகிலனுக்கும் பாஸ்போர்ட் எடுக்கப்பட்டு, டாக்டர் சங்கரனின் பேஷண்ட் மூலம் உலகைச் சுற்றும் கப்பல் பயணம் ஒன்றில் இருவருக்கும் டிக்கெட்டும் விசாவும் எடுக்கப்பட்டு கப்பலில் ஏறி இதோ பயணம் செய்து கொண்டிருக்கிறார்கள் இருவரும். ஆட்சேபனையோ மறுப்போ தெரிவிக்காமல் டாக்டர் தீரன் அனைத்திற்கும் ஒத்துழைத்தார். கப்பலில் ஏறி அத்தனை மனிதர்களையும் ஒருசேரப் பார்த்ததில் முதலில் சற்று மிரண்டு தான் போனார். நாளாக நாளாக இறுக்கம் தளர்ந்து எல்லோருடனும் சகஜமாக பேசத் தொடங்கி இப்போது அவர் அந்தக் கப்பல் பயணிகளிடையே மிகவும் பிரபலமாகிவிட்டார். அவர் அமர்ந்திருந்த இடத்திலிருந்து சிரிப்பொலி கேட்டது. டாக்டர் தீரன் ஏதோ சொல்லி சைகை செய்ய அவரை சுற்றி இருந்தவர்கள் வயிறு குலுங்க சிரித்தார்கள்.

முகிலனுக்கு பெருமூச்சு வந்தது. அவனைப் பொறுத்தவரை இது அவனுக்கு விடுமுறையோ சுற்றுலாவோ அல்ல. அவனுக்கு இது

வேலை, டாக்டர் தீரனை கவனித்துக்கொள்ளும் வேலை. ‘பைத்தியக்கார ஆஸ்பத்திரில பைத்தியங்களுக்கு வைத்தியம் பாக்குற ஒரு பைத்தி-யக்கார வைத்தியருக்கேப் பைத்தியம் பிடிச்சா, அந்தப் பைத்தியக்கார வைத்தியர் எந்தப் பைத்தியக்கார ஆஸ்பத்திரில பைத்தியங்களுக்கு வைத்தியம் பாக்குற ஒரு பைத்தியக்கார வைத்தியர் கிட்ட தன் பைத்-தியத்துக்கு வைத்தியம் பார்த்துப்பார்?’ - விசுவின் வசனம் நினைவுக்கு வந்து வேதனை கலந்த சிரிப்பை அவனிடமிருந்து வெளிப்படுத்தியது.

பார்வையைத் திருப்பிக் கடலை வெறிக்கும் போது டாக்டர் தீரனின் அலைபேசி ஒலித்தது. டாக்டர் சங்கரன் தினமும் ஒரு முறை தவறாது அழைத்துவிடுவார் அவனை. சர்வதேச ரோமிங் வசதி இதற்காகவென்றே அதில் ஏற்படுத்தப்பட்டிருந்தது. அலைபேசியை எடுத்தான். ஏதோ ஒரு தெரியாத எண்ணைக் காட்டியது அது.

குழப்பத்துடன் எடுத்தான்.

“ஹலோ, யார் நீங்கள் இந்த எண் எப்படி உங்களுக்குக் கிடைத்-தது?"

"இது டாக்டர் தீரனின் அலைபேசி தானே?"

"ஆமாம். உங்களுக்கு எப்படி இது கிடைத்தது?"

மறுமுனைக் குரல் தெளிவாய் நிதானமாய் பேசியது.

"நீங்கள் முகிலனாய் இருக்கவேண்டும். வரும் முன் தொடர்புகொள்-ளச் சொல்லி டாக்டர் தீரன் தான் இந்த எண்ணைக் கொடுத்தார். நான் அவருடைய பேஷண்ட், ‘வத்சலா’".

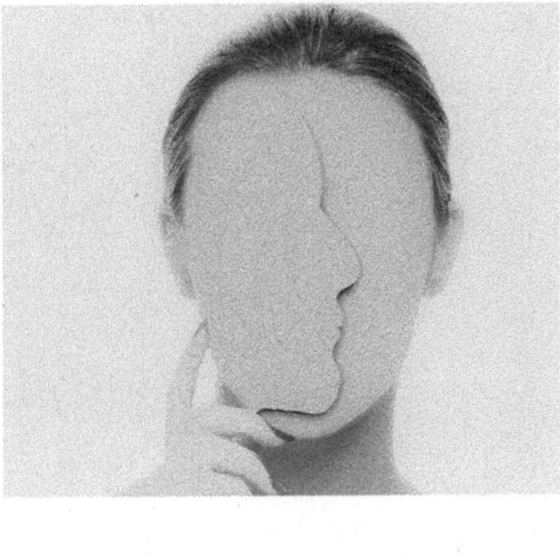

8

சுடாத சூரியன்

D-737

"எலேய்! மேள தாளத்துக்கு சொல்லியாச்சா?"

"சொல்லி எல்லாம் பஸ் ஸ்டாப்புக்குப் போய்ட்டாங்கய்யா".

"மாலை?"

"அதுவும் போயாச்சு".

"ஆரத்தி எடுக்க யாரு ஏற்பாடாயிருக்கு?"

"பஸ் ஸ்டாப்புல எடுக்க ரமா அத்தை நாலு பேரக் கூட்டிட்டுப் போய்ட்டாங்க. கதிரு வீட்டுல எடுக்க அவங்க அம்மா, சொந்தக்காரங்க எல்லாம் ரெடியா இருக்காங்க".

"மேளச் சத்தம் கேக்குதுடா. நீங்க ஏன் இன்னும் இங்க இருக்கீங்க? போங்க, போங்க... போயி உங்கக் கூட்டாளிய மாலை மரியாதையோடக் கூட்டிட்டு வாங்க. மறக்காம அப்பிடியே பொழுது சாய ஊர்க் கூட்டத்துக்கு அவனக் கூட்டிட்டு வந்துடுங்க".

"சரிங்கய்யா".

வாங்கடா, வாங்கடா, சீக்கிரம்... நாம இல்லாம எப்பிடிடா கதிருக்கு வரவேற்பு? ஊர் மானத்தக் கொடி பிடிச்சுக் காப்பாத்துன மாதிரிக் காப்பாத்திட்டு வந்திருக்கான்".

"ஏன் மாப்ள, நெஜமாவே ரொம்பப் பெரிய விஷயமோ? எல்லாரும் அவன் இப்பிடித் தலைலத் தூக்கி வச்சு ஆடுறாங்க?"

"டேய், இந்தியாவுல இருந்து பூராவும் இதுவரைக்கும் மொத்தம் தொள்ளாயிரத்து ஐஞ்சு பேர் தான் செலக்ட் ஆகியிருக்காங்க. ஆயிரம் பேர் கூட செலக்ட் ஆகலை. தமிழ்நாட்டுல இருந்து நூத்தி இருபத்தி-நாலு பேர் தான். நம்ம மாவட்டத்துல இருந்து கதிரோட சேத்து ரெண்டு பேர் தான் செலக்ட் ஆகியிருக்காங்க. பின்ன ஆடமாட்டாங்களா?"

"அப்ப, டிவில சொல்றதெல்லாம் நெசம்தானாடா, மாப்ள?"

"நாமெல்லாம் மொத்தமா சாவப்போறமாடா?"

"டேய், டிவில சொல்றது நெசமோ பொய்யோ, ஒரு நாளு நமக்-கெல்லாம் அது தெரியத்தான் போகுது. நாமெல்லாம் மொத்தமா செத்தா என்னடா? நம்ம ஊரு பேரச் சொல்ல கதிரு இருப்பான்டா, உசுரோட. அவன் முன்னாடி மூஞ்சத் தொங்கப்போட்டுகிட்டு நடமாடாதீங்க. அவன் இருக்கற வரைக்கும் அவன சந்தோசமா வச்சிருந்து வழியனுப்பணும்".

"எடேய், பேரனுகளா, என்னடா மேளமும் தாளமும் ஒரே ஆர்ப்-பாட்டமா இருக்கு? திருவிழா கூட இல்லியேடா. ஊர்ல எந்த நல்லது கெட்டதுடா இருக்கு இந்தக் கெழவிக்குத் தெரியாம?"

"அது ஒண்ணும் இல்ல, அப்பத்தா. நம்ப கதிரு ஊர்ல இருந்து வர்-றான். அவனுக்குத் தான் இதெல்லாம்".

"கதிரா? ஆரு?"

"நம்ப வேலய்யாரு மகன்".

"வெடவெடன்னு ஒசத்தியா, தலை நெறைய மயிரும் புசுபுசுன்னு மீசையும் வச்சிருப்பானே, அவனா?"

"ஆமா, அப்பத்தா, அவனேதான்".

"அடியாத்தி... அவனுக்கென்னாத்துக்கு இந்தக் கூத்து? அப்பிடி எந்தச் சீமைக்குப் போய்ட்டு வாராரு தொரை?"

"சீமைக்கிப் போய்ட்டு வரல, அப்பத்தா. இனிமே தான் போகப் போறான். அதுவும் வெறும் சீமைக்கு இல்ல... வேற ஒலகத்துக்கே போகப் போறான்".

"எடேய், என்னடா? அப்பத்தாவக் கேலி சீண்டுறீகளா? வேற ஒலகமா? அது எங்கன இருக்கு? அங்க ஏன்டா இவன் போறான் நம்-மூரு மண்ண விட்டுட்டு?"

"அப்பத்தா, டிவில செய்தி எல்லாம் பாக்கறதில்லையா?"

"நான் என்னத்த அதப் பாத்தேன்? நீதான் சொல்றது அப்பத்தாக்கு அப்பிடி என்ன சேதின்னு".

"நம்ம சூரியன் இருக்குல்ல, அப்பத்தா, சூரியன், அது இன்னும் ரெண்டு வருஷத்துக்குள்ள செத்துடுமாம். அது செத்துடுச்சுன்னா நமக்கு வெளிச்சம் எதுவும் வராதாம். ஒலகமெல்லாம் ஒரே இருட்டாயிடுமாம். எப்பவுமே ராத்திரியாத்தான் இருக்குமாம். பொழுது விடியவே விடியா-தாம். பயங்கரமாக் குளிரா இருக்குமாம். செடி கொடியெல்லாம் கொஞ்-சம் கொஞ்சமா செத்துடுமாம் சூரிய வெளிச்சம் இல்லாம. நம்மகிட்ட அரிசியும் பருப்பும் இருக்கற வரைக்கும் நாமெல்லாம் அத சாப்பிட்-டுக்கிடலாமாம். அதெல்லாம் காலியாகிடுச்சுன்னா எல்லாரும் பட்டினி கெடந்து சாகவேண்டியதுதானாம்".

"போங்கடா, போங்கடா, போக்கத்தப் பயலுவளா... சூரியன் சாகு-தாம்...! சூரியன் சாமிடா! சாமிக்கு ஏதுடா சாவு? இன்னொரு தடவ இது மாதிரி எதாவது சொல்லிகிட்டு என் முன்னாடி வந்தீகளோ... ஒலக்கைய எடுத்து சாத்திடுவேன். போங்கடா!"

ஏம்ப்பா கதிரு, என்னதான்பா நடக்குது? ஆளாளுக்கு ஏதேதோ சொல்-லுறாங்க. டிவில வேற எதை எதையோ படம் போட்டுக் காட்டுறான். சாதி சனமெல்லாம் மெரண்டு போய்க் கெடக்காகப்பா. நீயாச்சும் கொஞ்-சம் தைரியம் சொல்லுய்யா".

"பெரியவங்களுக்கும் பஞ்சாயத்துக்கும் சபைக்கும் ஊருக்கும் வணக்-கம். நான் தைரியம் சொல்லணும்னா சொல்றதுக்கு எதாச்சும் இருக்க-ணுங்கய்யா. டிவில காட்டுறது செய்தில சொல்றது எல்லாம் நெசந்தான். இப்பப் போட்டுருக்கற கணக்குப் படி இன்னும் எழுநூத்தி முப்பத்தியேழு நாள்ல சூரியன் சாகப்போகுதுன்னு விஞ்ஞானிங்க எல்லாம் கணிச்சு இருக்காங்க. நியாயப்படி பார்த்தா இது இன்னும் பல நூறாயிரம் வரு-ஷத்துக்கப்புறம் தான் நடக்கணும். ஏன் இப்பவே நடக்குதுன்னு யாருக்-கும் தெரியல".

"யப்பா கதிரு, கொஞ்சம் நிறுத்துப்பா. சூரியன் சாகப்போவுதா? ஏம்ப்பா, இதெல்லாம் நம்புற மாதிரியா இருக்கு?"

"அண்ணே, தப்பா நெனச்சுக்காதீங்க. நீங்க யாரும் நம்புனாலும் நம்-பலைன்னாலும் இது நடக்கத்தான் போகுது".

"ஏ வீராச்சாமி! எகண மொகணையாப் பேசுறதே ஒனக்கு வேலை-யாப் போச்சு. அதான் அவன் சொல்லிகிட்டு வரான்ல. பேசாமக் கேக்கு-

றதுன்னா கேளு, இல்லன்னா ஊர்க்கூட்டத்துல இருந்துக் கௌம்பி வீட்டுக்குப் போ".

"அதெப்பிடி என்னய வீட்டுக்குப் போகச் சொல்லுவீங்க? தலைக்கட்டு கட்டுறானாக்கும். எல்லா உரிமையும் இருக்கு எனக்கு இங்க உக்கார".

"வீராச்சாமிண்ணே, நீங்க கேக்கறது சரி தான். சூரியன் எப்பிடி சாகும்? அதத்தான் சொல்ல வந்தேன். நீங்க கொஞ்சம் பொறுமையா இருந்தா எனக்குத் தெரிஞ்சத எடுத்துச் சொல்லுறேன்".

"ஹாங்... இது பேச்சு. பட்டணத்துப் படிப்பு பேச்சுல தெரியுதுல்ல... இத விட்டுட்டு வீட்டுக்குப் போ அது இதுன்னு... நீ சொல்லு தம்பி, கதிரு".

"வீராச்சாமி அண்ணேன் கேட்டது நியாயமானக் கேள்வி. சூரியன் எப்பிடி சாகும்? நமக்கெல்லாம் சூரியன்னா சாமி. ஒழவுக்கும், வயலுக்கும், மாட்டுக்கும், மழைக்கும், மனுசனுக்கும் உசுரு குடுக்குற சாமி. சாமியா நினைச்சு நாம சூரியனுக்குப் பொங்க வச்சுக் கும்புடுறதுனால சூரியன் ஒரு நட்சத்திரங்கறத மறந்துட்டோம். எல்லா நட்சத்திரத்தப் போலதான் அதுவுங்கறது நம்ம நெனவுலயே நிக்காமப் போயிடுச்சி. சூரியனுல இருந்து நமக்குக் கிடைக்கற வெளிச்சம், சூடு எல்லாமே அதுல இருக்கற ஹைட்ரஜனாலதான். இந்த ஹைட்ரஜன் காலியாகிடுச்சுன்னா சூரியன்ல எரியறதுக்கு எதுவும் இருக்காது. நம்ம அடுப்புல கரி காலியாகிடுச்சுன்னா அடுப்பு அணைஞ்சிடும்ல...? அது போலத்தான் சூரியன்லயும். ஹைட்ரஜன் காலியாகிடுச்சுன்னா அதுவும் அணைஞ்சிடும்".

"அப்படின்னா அதுக்கப்புறம் ஒலகம் மொத்தமும் இருட்டாயிடுமா?"

"ஆமா. ஆனா அதையெல்லாம் பாக்க ஒரு புழு பூச்சி கூட இருக்காது. டிவில வீடியோ போட்டுக் காட்டிருப்பானே... ஹைட்ரஜன் காலியானதும் சூரியன் ஒண்ணும் அப்பிடியே அமந்து போயிடாது, லைட் சூட்சை ஆஃப் பண்ண மாதிரி. அது விளக்கு மாதிரி. அணையறதுக்கு முன்னால விளக்கு ஒரு செகண்டு ரொம்பப் பிரகாசமா எரியும் பாருங்க, அது மாதிரி. அப்பிடிப் பிரகாசமா எரியறப்ப சூரியன் அப்பிடியே பலூன் மாதிரி பெரிசாகும். அப்பிடிப் பெரிசாகுறப்போ அது கிட்டக்க இருக்கற மொதல் ரெண்டு கோள்கள் புதனும் வெள்ளியும் பஸ்பமாயிடும். நாம மூணாவதா இருக்கோம். நாமளும் மொத்தமா பஸ்பமாகுறமா இல்லையாங்கறது சூரியன் எவ்வளவு பெரிய பலூனா ஆகுதுங்கறதப் பொறுத்து-

தான். அப்பிடி பஸ்பமாகலைன்னாலும் ஒலகம் மொத்தமா ஒரே நொடில எரிஞ்சு போயிடும். மரம், மட்டை, மனுஷன், வயக்காடு, வீடு, கோயில், மாளிகை, குடிசைன்னு அவ்வளவும் நிமிசத்துல சாம்பலாயிடும். ஆறு, குளம், ஏரி, வாய்க்கால், கெணறு, குட்டை, கடல், சமுத்திரம் - அத்தனையும் ஆவியாகி பாளம் வெடிச்சக் கட்டாந்தரை ஆயிடும். மொதல்ல இப்பிடி ஊதுன பலூன் போலப் பெருசாகுற சூரியன் அடுத்துக் காத்துப் புடுங்கிவிட்ட பலூன் போல சுருங்கிடும், சில நூறாயிரம் வருஷத்தக்கப்புறம். அப்பிடி சுருங்கறப்போதான் ஒலகம் ஒரே இருட்டாவும் குளிராவும் வெறும் கல்லாவும் அந்தரத்துலத் தொங்கிகிட்டு இருக்கும்".

"..."

"..."

"..."

"..."

"ஈரக்கொலை நடுங்குதப்பா. நெசந்தானா கதிரு இதெல்லாம்?"

"நம்ம மண்ணு மேல சாத்தியமா இதெல்லாம் நெசம்".

"ஒன்னய எதுக்கோ ஆள் எடுத்துருக்காங்களாமே, அது எதுக்குய்யா?"

"வேற ஒலகத்துக்குப் போறதுக்கு".

"என்னது...? வேற ஒலகமா?"

"அது எங்கன இருக்கு?"

"யப்பா, ஒன்னய மட்டுமாக் கூட்டிகிட்டுப் போறாங்க? ஊர்ல இத்தனை மனுஷ மக்கா இருக்கமேய்யா".

"ஒலகம் மொத்தமும் எரிஞ்சு சாம்பலாகுறப்ப நாமெல்லாம் மட்டும் மிஞ்சுவமா? மனுச குலம் அம்புட்டும் எரிஞ்சு சாம்பலாயிடுவோம்ல...? பேருக்குக் கூட ஒத்த மனுசன் மிஞ்சமாட்டான். அதான் ஏதோ கொஞ்ச பேரையாவது காப்பாத்தலாம்னு ஒலகத்துல இருக்கற எல்லா நாட்டுத் தலைவர்களும் முடிவு பண்ணியிருக்காங்க. மனுஷன் வாழத் தகுதியான கிரகமா இருக்கலாம்ன்னு விஞ்ஞானிங்க ரெண்டு கிரகங்கள அனுமானிச்சு அடையாளம் கண்டு வச்சிருக்காங்க. ஆனா அங்க நேரடியா போகமுடியாது. மொதல்ல செவ்வாய் கிரகத்துக்குத்தான் போகணும். அங்கேயிருந்து தான் அடுத்து என்ன செய்யறதுன்னு பாக்கமுடியும். அப்பிடி செவ்வாய் கிரகத்துக்குப் போறதுக்குத் தான் ஆள் எடுத்திருக்-

காங்க".

"ஏ கதிரு! அதென்ன நீ மட்டும் போறது? இம்புட்டு பேர்ல ஒன்னய மட்டும் கூப்புட்டானாக்கும்?"

"இல்லீங்க, என்னய மட்டும் கூப்புடலை. ஒலகத்துல இருக்கற மனுசங்க பதினாறு வயசுல இருந்து முப்பத்தியஞ்சு வயசு வரைக்கும் இருக்கற எல்லாரையும் தான் கூப்புட்டாங்க. அப்பிடி வர்றவங்கள விதவிதமா சோதனை செய்றாங்க - ஒடம்பு ஆரோக்கியமா நோய் நொடி இல்லாம இருக்காங்கறதுல இருந்து, போற எடத்துல வர்ற எல்லாப் பிரச்னைகளையும் சந்திக்க ஒடம்புல தெம்பும் மனசுல துணிச்சலும் மண்டைல அறிவும் இருக்கான்னு ஒரு வாரமா சோதனை பண்ணி அதுல தேர்வாகுறவங்கள மட்டும் தான் இதுக்கு எடுக்குறாங்க. நாடு, மொழி, மதம், சாதின்னு எந்த வித்தியாசமும் கிடையாது. சோதனைல ஜெயிக்கணும், அது ஒண்ணுதான். இதுல எல்லாம் நீங்க எல்லாரும் ஜெயிச்சா ஒங்களையும் கூட்டிட்டுப் போவாங்க".

"ஏம்ப்பா, இதெல்லாம் எங்களுக்கு முன்னமேத் தெரிஞ்சிருந்தா நாங்களும் வந்திருப்பம்ல அப்பிடி என்னதான் சோதனைன்னு பாக்க..."

"டிவிலயும் பேப்பர்லயும் தெனம் போட்டுக்கிட்டேதான இருக்காங்க".

"ஏன் கதிரு, இம்புட்டு வெவரத்தையும் இப்ப சொல்ற தொரை நீ போக முன்னாடி சொல்லிருந்தா நம்மூரு இளசுங்க கூட நாலு வந்திருக்கும்ல?"

"நான் சும்மா வெளயாட்டாதாங்கய்யா போனேன். இது ஏதோ ஏமாத்து வேலை, போயி என்ன ஏதுன்னு பாத்துட்டு ப்ராடு வேலையா இருந்தா போலீசுல புகார் குடுக்கலாம்ன்னு தான் போனேன். அங்க போயி ரெண்டு நாள் வரைக்கும் நானும் ஒங்கள போலத்தான், எதையும் நம்பலை. போகப் போகத்தான் தெரிஞ்சது அம்புட்டும் நெசம்ன்னு".

"சோதனையெல்லாம் முடிஞ்சிருச்சா? இன்னும் நடந்துகிட்டு இருக்கா?"

"இன்னும் கிட்டத்தட்ட ரெண்டு வாரம் வரைக்கும் நடக்கும்ன்னு நினைக்கறேன். இப்பவும் ஒண்ணும் மோசமில்ல. போறவுங்கப் போகலாம்".

"அது எங்கன, எப்பிடிப் போறதுன்னு கொஞ்சம் விவரமா சொல்லு, தம்பி".

"நான் எந்த வெவரமும் சொல்லத் தேவையில்லைக்கா. பேப்பர்லயும் டிவிலயும் பாருங்க. ஒரு போன் நம்பர் இருக்கும் இந்த வெவரங்களுக்கு அடியில. அதுக்கு போன் பண்ணா போதும். அவங்களே எல்லா வெவ-ரமும் தெளிவா சொல்லிடுவாங்க".

"ஏன் பேராண்டி, அதான் இன்னும் சுமார் ரெண்டு வருசம் இருக்-குங்கற இதெல்லாம் நடக்க. அப்புறம் ஏன் ரெண்டு வாரத்துக்குள்ள ஆள் எடுக்கறத நிறுத்துறாங்க?"

"தாத்தா, நீங்க நாலு நாளு பேரன் பேத்தியப் பாக்க மக வீட்டுக்கு அதக் குடுத்துருக்கற ஊருக்குப் போகணும்னா நெனச்சாப்பல கௌம்பிடு-வீங்களா?"

"அதெப்பிடிப்பா? எம்புட்டு ஏற்பாடு இருக்கு? வயக்காட்டு வேலை-யெல்லாம் ஒழியவைக்கணும், மாடு கன்னுக்கு தீனி தண்ணிக்கு ஏற்பாடு பண்ணனும், பேரப் புள்ளைகளுக்குப் பலகாரம் செய்யணும், ரயிலுக்கு டிக்கெட்டுப் போடணும்... நெனச்சாப்பல எப்பிடிக் கௌம்பமுடியும்?"

"ஏன் தாத்தா, மக வீட்டுக்கு நாலு நாள் போறதுக்கே இம்புட்டு ஏற்-பாடு ஆகவேண்டி இருக்கே... வேற ஏதோ கிரகத்துக்குப் போறதுக்கு, அதுவும் திரும்பி வர முடியாத ஒரு எடத்துக்குப் போறதுக்கு எம்புட்டு ஏற்பாடு பண்ணனும்?"

"வாஸ்த்தவந்தான், பேராண்டி".

"பஸ்ல ஏறி ஒக்காந்தோம், டிரைவர் ஓட்டுனாருன்னு எல்லாம் போகமுடியாது. விண்வெளில போற ராக்கெட்டுங்கறது கப்பல் மாதிரி. காப்டன்னு ஒருத்தரு இருப்பாரு. அவருக்குக் கீழ தான் அதுல இருக்கற எல்லாரும். ஆனாலும் சும்மா சாப்புட்டுத் தூங்கி எந்திரிச்சு பொழுதை போக்குனோம்ன்னு இருக்க முடியாது. ஆளாளுக்கு ஒரு வேலை இருக்-கும். முறை மாத்தி மாத்தி அந்தந்த வேலைங்கள செய்யணும்".

"எல்லாராலையும் எப்பிடி எல்லா வேலையும் செய்யமுடியும்? எல்-லாருக்கும் எல்லா வேலையும் தெரியுமா?"

"ஆங்... அப்பிடிக் கேளுங்க. எல்லாருக்கும் எல்லா வேலையும் தெரியாது, தெரிஞ்சுக்கவும் முடியாது. அதுனால தான் தேர்ந்தெடுத்-தவங்க எல்லாரையும் இப்பவே வரவைச்சு அவங்களுக்கு ட்ரெய்னிங் குடுக்குறாங்க. வழக்கமா இந்த மாதிரி ராக்கெட்டுல போறதுக்கெல்லாம் வருஷக்கணக்கா ட்ரெய்னிங் எடுப்பாங்க. ஆனா இப்ப அதுக்கெல்லாம் நேரமில்லை. அதுனால இருக்கற சமயத்துல முடிஞ்ச அளவு கத்துக்க

வேண்டியதுதான்".

"அப்ப ஒனக்கும் இந்த பயிற்சியெல்லாம் குடுப்பாங்களா?"

"செலக்ட் ஆகுற எல்லாருக்கும் குடுப்பாங்க. அப்பிடி ட்ரெயினிங் எடுக்க டைம் வேணுமில்ல...? அதுனால தான் கடைசி வரைக்கும் ஆள் எடுக்கலை".

"அப்ப நீ போகணுமா இந்த ட்ரெயினிங்குக்கு?"

"ஆமா".

"எப்போ?"

"இன்னும் எட்டு நாள்ல".

"எல்லாம் முடிஞ்சு ஒரு எட்டு வந்து இந்த மாதிரி எங்களையெல்லாம் பாத்துட்டுப்போ, சாமி".

"இல்ல, பெரியாத்தா. இப்பப் போறது தான். அப்புறமெல்லாம் வர முடியாது. நான் மட்டுமில்ல. செலக்ட் ஆகுற யாரும் எங்கயும் போக முடியாது. இப்பவே ரொம்பக் கண்டிஷனோட தான் அனுப்பியிருக்காங்க".

"அடப்பாவி மக்கா! மனுசனுக்கு ஏஞ்சாமி இப்புடியெல்லாம் சோதனை வருது?"

"ஏய்! எல்லாரும் நிறுத்துங்கப்பா. போதும். கதிரு போயி அவன் குடும்பத்தோட இருக்கட்டும். ஒத்த புள்ள! பெத்தவக மனசு என்ன பாடு படும்...!"

"ஆமா, கதிரு! நீ கௌம்பு. இந்தா உங்க அப்பனும் ஆத்தாவும் வச்ச கண்ணு வாங்காம ஓம் மொகத்ததேன் பாத்துகிட்டு ஒக்காந்திருக்காக".

"வேலய்யா குடும்பம் மொத்தமும் ஊர்க்கூட்டத்துல இருந்து கௌம்ப உத்தரவு குடுத்தாச்சு. கௌம்புங்கப்பா".

D-736

"நேத்து நீ கூட்டத்துல சொன்னதெல்லாம் நெசமாவே நெசமாடா, கதிரு?"

"ஊர்க்கூட்டத்துல போயி யாராச்சும் பொய் சொல்லுவாங்களா, காவேரி? அதுவும் இப்பிடி ஒரு விஷயத்துல?"

"அப்ப இன்னும் ஒரு வாரத்துல நீ போனா அப்புறம் ஒன்னய மறு-படியும் பாக்கவே முடியாதா?"

"போன்ல பாத்துக்கலாம்".

"அவ்வளவுதானா?"

"அவ்வளவுதான்".

"அப்ப ஒண்ணு பண்ணு. இன்னும் ரெண்டு நாள்ல என்னயக் கல்-யாணம் பண்ணிக்கோ. மூணு நாள் என்கூட குடும்பம் நடத்திட்டு அப்-புறம் கெளம்பிப் போ".

"ஏய்! என்ன வெளயாடுறியா?"

"இல்ல, ரொம்ப சீரியஸாத் தான் சொல்றேன்".

"இது எதுக்கு, காவேரி, இப்ப? தேவையில்லாத வேலை?"

"என்னது...? தேவையில்லாத வேலையா? நாலு வருஷமா மாஞ்சு மாஞ்சு லவ் பண்ணிட்டு, கல்யாணம் பண்ணிக்கலாம்னு சொன்னா, அது ஒனக்கு தேவையில்லாத வேலையா? என்னடா நெனச்சுட்டு இருக்க ஒன் மனசுல?"

"கொறஞ்சது இன்னும் ரெண்டு வருஷம் இருக்கு, காவேரி. வேற யாரையாச்சும் கல்யாணம் பண்ணா நீ அந்த ரெண்டு வருஷமாவது சந்-தோஷமா இருக்கலாம்ல".

"என்ன... சாரு போன எடத்துல வேற யாரையாச்சும் பாத்து மயங்-கிபுட்டாரோ?"

"சே! என்ன காவேரி நீ, என்ன பேசுற?"

"இல்ல, வெள்ளக்காரக் குஞ்சு எதாவது மாட்டும்னு நெனப்பா?"

"ஏய்! அடிச்சுடுவேன். வாய மூடு".

"கோவம் வருதோ? இந்தத் தொரை தான என்னய வேற கல்யாணம் பண்ணிக்கச் சொன்னது?"

"நீ நல்லா இருக்கணும்னு தான, காவேரி".

"ஏய்... உன்ன விட்டுட்டு நான் எங்கடா நல்லா இருக்கறது? நீதா-ணடா எனக்கு எல்லாம்? வாழ்நாள் பூரா உன் கூட இருந்து, பேரன், பேத்தி எடுத்து, தொண்டுக் கெழமா சாகணும்னு ஆசப்பட்டேன். அது-தான் இப்ப இல்லன்னு ஆகிடுச்சு. ரெண்டு நாளாவது ஒங்கூட ஒனக்-குன்னு நான் இருந்தாப் போதும். அந்த சந்தோஷத்திலயே மிச்சமிருக்கற ரெண்டு வருஷத்த ஓட்டிட்டு நிம்மதியா சாம்பலாயிடுவேன்".

"காவேரி...!"

"இங்கப் பாரு, கதிரு..., எனக்குத் தெரியும், நீ இந்த ஒலகத்தைவிட்டுப் போகப்போற... ஹூம்... இன்ன வரைக்கும் ஒலகத்தைவிட்டுப் போறதுன்னா சாகுறதுங்கறது மட்டும் தான் அர்த்தமாயிருந்துச்சு... இப்ப... ஹூம்...! அப்பிடி நீ வேற ஒலகத்துக்குப் போறப்போ அங்கப் போயி நீ யாரையாச்சும் கல்யாணம் பண்ணித்தான் ஆகணும், புள்ளைங்களப் பெத்துத் தான் ஆகணும். மனுசங்க மிஞ்சிப் பொழைக்கணும்ல... நீ அங்கப் போயி, எங்கப் போவியோ...! அங்கப் போயி யாரை வேணா கல்யாணம் பண்ணிக்க... எத்தனப் புள்ளைங்கள வேணா பெத்துப் போட்டுக்க... ஆனா ஒனக்கு மொதல் பொண்டாட்டி நாந்தான்... எனக்கு ஒரே புருசன் நீ தான். இதுக்கு சம்மதிச்சா நாளன்னிக்கு என் கழுத்துல நீ கயித்தக் கட்டு, இல்லன்னா அதுக்கு மறுநாள் என் கழுத்துல நானே கயித்தக் கட்டிக்கிறேன். ரெண்டு வருஷத்துல போற உசுரு ரெண்டு நாள்ல போகட்டுமே... ஒண்ணும் நட்டமில்ல".

"..."

"..."

"..."

"..."

"சரி காவேரி, ஒன் நெனப்புப்படி நடக்கட்டும். ஆனா ஒண்ணு - நான் கேக்குற சத்தியத்தை நீ எனக்கு செஞ்சுக் குடுத்தாதான் இந்தக் காரியம் நடக்கும்".

"என்னது? என்ன சத்தியம்?"

"நம்ம புள்ளய பெத்துக்கமாட்டேன், பெத்துக்கணும்னு கேக்க மாட்டேன்னு சத்தியம் பண்ணு".

"ஒம்மேல சத்தியம்".

D-501

"காவேரி..."

"அம்மா, அப்பா... வாங்க, வாங்க".

"வாங்க சம்பந்தி!"

"மாப்ள இன்னிக்குதான ராக்கெட்டுல போறாரு? டிவில காட்டுவாங்கன்னு காவேரி சொன்னா. ஆளுக்கொரு எடமா ஒக்காந்துட்டு இல்லாம

எல்லாரும் ஒண்ணா ஒக்காந்துப் பாக்கலாம்ன்னுதான் இங்க வந்தோம்".

"வாங்க, வாங்க... நல்லதாப் போச்சு".

"அம்மாடி காவேரி, போயி இலை போடுமா அம்மாக்கும் அப்பாக்கும் சாப்பாட்டுக்கு".

"அதெல்லாம் வேண்டாம் காவேரி, சாப்புட்டுதான் வந்தோம்".

"அப்ப மோராவது எடுத்துட்டு வாம்மா".

"இந்தா கொண்டு வரேன், மாமா".

"நீ இரும்மா, காவேரி. நான் எடுத்தாறேன். நீ சேரை எடுத்துப் போடு அப்பாக்கும் அம்மாக்கும்".

"எத்தனை மணிக்கு, காவேரி, ராக்கெட் கெளம்புது?"

"நம்ம ஊர் டைம் படி மூணரை மணி, மாமா. ஆனா அதுக்கு முன்னாடி ஒரு ராக்கெட் கெளம்புது, இப்போ ஒண்ணேகால் மணிக்கு. அதத்தான் மொதல்ல காட்டுறாங்க".

"..."

"..."

க்ளிக்

"..."

"..."

"இது எந்த ஊரும்மா? பாத்தா நம்ம நாட்டு ஆளுங்க யாரையுமேக் காணோம்?"

"இந்த ஊரு பேரு பைக்கானூர். கசகிஸ்தான்ல இருக்கு. ரஷ்யா தனித் தனி நாடா பிரியறதுக்கு முன்னால இங்கேயிருந்து தான் ரஷ்யா-வோட எல்லா ராக்கெட்டையும் அனுப்புவாங்க".

"நம்ம நாட்டுல இதெல்லாம் இல்லியா?"

"இருக்கும்மா. ஆந்திராவுல ஸ்ரீஹரிகோட்டாங்கற எடத்துல. அங்-கேயிருந்தும் அனுப்புவாங்க. ஆனா இப்ப பைக்கனூர்ல இருந்துதான் கெளம்புறாங்க".

"மாப்ள எந்த ராக்கெட்டுலமா இருக்காரு?"

"ரெண்டாவது ராக்கெட்டுலமா. மொதல் ராக்கெட்டுலயும் நம்ம நாட்டு ஆளுங்க இருக்காங்க".

"ஏற்கனவே ரெண்டு ராக்கெட் போயிடுச்சுல்ல? பேப்பர்ல பாத்தேன்".

"ஆமாப்பா. அமெரிக்காவுல இருந்து. வரிசையா அனுப்பிட்டே தான் இருப்பாங்க".

"எதுக்கு இப்பமே அனுப்புறாங்க?" கொஞ்ச நாளாச்சும் குடும்பத்தோட இருந்துட்டுப் போகலாம்ல?"

""ஏய் வடிவு, இது என்ன பக்கத்து ஊருக்குப் போற சமாச்சாரமா? என்னமோ விருந்தாளு வீட்டுக்குப் போறமாதிரி பேசிட்டு இருக்க?"

"அத்தை, இப்ப இந்த ராக்கெட்டெல்லாம் போறது செவ்வாய் கிரகத்துக்கு. ஒங்க மகன் மொதல்லயே சொன்னாருல்ல. நம்மால இப்பதைக்கு சட்டுன்னு வேற எங்கயும் போக முடியாது. வெள்ளம் வந்தா கெடச்சதத் தூக்கிகிட்டு உசுரு பொழச்சாப் போதும்ன்னு நிவாரண முகாமுக்கு ஓடற மாதிரி தான். இப்பதைக்கு நமக்கு செவ்வாய் கிரகம் தான் நிவாரண முகாம். சூரியன் பெருசா ஆகி அங்க வரைக்கும் வந்தாலும் பூமி அளவுக்கு அங்க பாதிப்பு இருக்காதுன்னு கணிச்சிருக்காங்க. அது மட்டுமில்ல. இங்கேயிருந்து செவ்வாய் கிரகத்துக்குப் போறதுக்கேக் கிட்டடத்தட்ட ஒன்பது மாசம் ஆகிடும். இப்பக் கௌம்புனாத் தான் அவங்க நல்லபடியா சேர வேண்டிய எடத்துக்குப் போய்ச் சேந்தாங்களான்னு தெரியும்".

"... வணக்கம். பைக்கனூரிலிருந்து நேரடி ஒளிபரப்பிற்கு உங்களை வரவேற்கிறோம். இன்னும் சற்று நேரத்தில் ககாரின்-I விண்கலம் மொத்தம் நூற்றி அறுபத்தி ஆறு மனிதர்களை ஏற்றிக்கொண்டு செவ்வாய் கிரகத்திற்குப் புறப்பட இருக்கிறது. விண்வெளிக்குச் சென்ற முதல் மனிதர் யூரி ககாரின். சோவியத் ரஷ்யா சிதறாமல் இருந்த காலத்தில் ரஷ்யாவிற்கும் அமெரிக்காவிற்கும் இடையே இருந்த விண்வெளிப் போட்டியில் ரஷ்யா விண்வெளிக்கு அனுப்பிய முதல் மனிதர் யூரி ககாரின். அவருடைய நினைவாகவே ரஷ்யா தன்னுடைய இந்த விண்கலத்திற்கு ககாரின்-I என்றும் இதையடுத்து செல்லும் விண்கலத்திற்கு ககாரின்-II என்றும் பெயரிட்டுள்ளது. மனித குலத்தின் வருங்காலத்தை சுமந்து செல்லும் இந்த இரண்டு ராக்கெட்டுகளிலும் இந்தியர்கள் பலர் இருக்கிறார்கள்".

"அதுதான் ராக்கெட்டா? அடேங்கப்பா... எம்பூட்டு ஒசரமா இருக்கு!"

"பின்ன இருக்காதா? இத்தன மனுஷங்கள எம்புட்டு தூரம் எத்தனை மாசம் கொண்டுட்டுப் போகணும்!"

"... கிரகத்திற்கு செல்வதற்கான சரியான காலம் என்பது இருபத்தியாறு மாதங்களுக்கு ஒரு முறை தான் அமையும். பூமியின் சுற்றுப்பா-

தையும் செவ்வாயின் சுற்றுப்பாதையும் ஒரு குறிப்பிட்ட நேரத்தில் தான் இந்தப் பயணத்திற்கு ஏற்றதாக அமையும். இது வரையில் செவ்வாய் கிரகத்திற்கு அனுப்பப்பட்ட ஆராய்ச்சிக்கான செயற்கைக் கோள்கள் இப்படிப்பட்ட சரியான நேரத்தில் அனுப்பப்பட்டவை. ஆனால் தற்போது இருக்கும் சூழலில் அப்படிக் காத்திருப்பதற்கான காலம் மனிதகுலத்திடம் இல்லை. உலகம் முழுவதும் உள்ள விண்வெளி ஆராய்ச்சியாளர்களும், விஞ்ஞானிகளும், பொறியியலாளர்களும், அரசாங்கங்களும், மற்றும் எண்ணற்றவர்களும் கைகோர்த்து ஒத்துழைத்து இதற்கான தீர்வுகளைக் கண்டுபிடித்திருக்கிறார்கள். அதற்கான பலன் தான் நாம் இப்போது பார்த்துக்கொண்டிருப்பது".

"கவுண்ட்டவுன் ஆரம்பமாகிவிட்டது".

"...10..."

"...9..."

"...8..."

"...7..."

"...6..."

"...5..."

"...4..."

"...3..."

"...2..."

"...1..."

"இக்னிஷன்".

"அம்மாடி ... எம்பூட்டு நெருப்பு ... ராக்கெட்டு அடில...!"

"என்னது இது? சத்தமே கேக்கல?"

"ரொம்ப சத்தம் கேக்கும்ப்பா. நமக்கு டிவில காட்டுறது தூரத்துல இருந்துப் படத்த மட்டும் காட்டுறாங்க".

"அதுக்குள்ளே எவ்ளோ... ஒசரம் போயிடுச்சு!

"... வெற்றிகரமாக விண்ணில் பாய்ந்தது ககா... ஆஆ ...! ...! ...!"

"ஐயோ...! கடவுளே ...!"

"ஐயோ...! கதிரு ...! கதிரு ...!"

"அத்தை, அத்தை, கதிரு இந்த ராக்கெட்டுல இல்ல...!"

"ஐயோ! எம்மவன் கதிரு ••• !

"வடிவு ... ஏ வடிவு ...! இங்க பாரு ... கதிரு இந்த ராக்கெட்டுல போகலை. அவனுக்கு ஒண்ணும் இல்ல. நீ பதறாம இரு".

"ஏம்மா காவேரி ... நல்லாத் தெரியுமா? மாப்ள இதுல போகலைல?"

"இல்லப்பா, அடுத்ததுல தான் அவரு போறாரு".

"கடவுளே! நல்லபடியாக் கொண்டு சேத்துருப்பா! கடா வெட்டி பூசை போடுறேம்மா... எம்மவன நல்லபடியாக் கொண்டு சேத்துரு, ஆத்தா!"

"... ககாரின்-I விண்கலம் ஏன் வெடித்துச் சிதறியது என்பதற்கானத் தகவல்கள் இன்னும் கிடைக்கவில்லை. அநேகமாய் ஏதேனும் தொழில்-நுட்பக் கோளாறாக இருப்பதற்கான வாய்ப்புகள் அதிகமாக இருக்கலாம். மனித குலம் பிழைக்க எடுத்திருக்கும் முயற்சியில் இது ஒரு பெரிய பின்னடைவாக இருக்கக்கூடும் ... "

"ஏன் காவேரி, அடுத்த ராக்கெட்டை அனுப்புவாங்களா?"

"தெரியல, மாமா. அனுப்புவாங்கன்னுதான் நெனக்கறேன். வேற வழியில்லையே ... !"

"எம்புள்ள கிட்ட ஒரு வார்த்த பேசுனா எம்மனசு ஆறுமே ... காவேரி அவனுக்கு ஒரு போனப் போடேம்மா ...".

"அதுக்கெல்லாம் வாய்ப்பே இல்ல, அத்தை. காலைல நம்மகிட்ட பேசுனதுதான் கடைசி. அதோட போனை எல்லாம் ஒப்படைச்சிடணும்னு சொன்னாரு. யாருக்கு போனப் போட்டு எங்க பேசறது?"

"ஏன் வடிவு, நீ வேற ... சும்மா இரும்மா. பேசுனா மட்டும் என்ன மறு பஸ்ஸ பிடிச்சி இங்க வந்து ஒம்பக்கத்துல இருக்கப் போறானா ஒம்மவன்? சும்மா இருப்பியா ... மனசத் தேத்திட்டு போயி வேலையப் பாரு".

"... ககாரின் — II எந்த மாற்றமும் இல்லாமல் தன் பயணத்தைத் தொடங்கும் தொடரும் என்று விண்வெளி மையத்திலிருந்து கிடைக்-கப்பெற்றத் தகவல்கள் தெரிவிக்கின்றன. சற்று நேரத்தில் அதற்கான கவுண்ட்டவுன் தொடங்கும் என்றும் தகவல்கள் தெரிவிக்கின்றன".

"அம்மா காவேரி! டிவிய ஆஃப் பண்ணும்மா. இதப் பாக்குறதுக்கு எனக்குத் தைரியமில்ல".

"சரிங்க, அத்தை. நீங்க யாரும் பாக்கவேண்டாம். டிவியைப் போடல. நான் ரூம்ல போன்ல பாத்துட்டு உங்களுக்குச் சொல்றேன்".

D-42

"வீட்ல எத்தன பேருங்க?"

"மூணு".

"மாடு, கன்னு, ஆடு, கோழி எல்லாம் எத்தனைன்னு தனித் தனியா சொல்லுங்க".

"காளை ரெண்டு, பசு மாடு ஒண்ணு, கோழி நாலு, ஆடு எதுவும் இல்லைங்க. எதுக்கு சார், இதெல்லாம் கேக்குறீங்க?"

"சொல்றேன். வீட்ல வேற யாரும் இல்லையா?"

"மாமா வயலுக்குப் போயிருக்காங்க. அத்தை பக்கத்துல போயிருக்-காங்க".

"ஒங்க வீட்டுக்காரர்?"

"அவரு செவ்வாய் கிரகத்துக்குப் போயிட்டாரு".

"ஏம்மா, உங்க வீடா அது? சொன்னாங்க, இந்த ஊர்ல போனவர் வீடு இருக்குன்னு. தகவல் பாக்குறீங்கள்ல தெனமும் டிவில? நல்லா இருக்காராம்மா உம்புருஷன்?"

"நல்லா இருக்கறதாத்தான் தகவல் போடுறாங்க தெனமும். போற வழில எந்தப் பிரச்னையும் இல்லாம நல்லபடியாப் போய்ச் சேந்துட்-டாரு".

"நல்லதும்மா. ஒங்க மூணு பேரு ஆதார் நம்பரையும் சொல்லுமா. போன்ல வச்சிருந்தாப் பாத்து சொல்லு. குறிச்சிக்கிறேன். ஹும்... இதையெல்லாம் வாங்கி வச்சு இனிமே என்ன பண்ணப் போறாங்கன்னு தெரியலை. ஆனாலும் எங்களுக்கு இதான் வேலைன்னு உத்தரவு ... செய்யிறோம்".

"எதுக்குங்க இதெல்லாம் கேக்குறீங்க?"

"சொல்றேம்மா. அதுக்குத்தான வந்திருக்கேன். போட்டுருக்கற கணக்குப் படி இன்னும் நாப்பத்தி ரெண்டு நாள் தான் இருக்கில்லையா? விஞ்ஞானிங்க எல்லாம் சொல்றத வச்சிப் பாத்தா நாமெல்லாம் ஒரு செகண்டுல எரிஞ்சுப் பொகையாப் போயிடுவோம். நமக்கு எதுவும் தெரி-யக்கூடச் செய்யாதுன்னும் சொல்றாங்க. ஆனா நெறைய பேருக்கு இதெல்லாம் நெனச்சா பயமா இருக்கும். இன்னும் நெறய பேருக்கு செத்தப்புறம் செய்ய வேண்டிய சடங்கெல்லாம் செய்யணுங்கற ஆசையும்

நம்பிக்கையும் இருக்கும். எல்லாருக்கும் இன்னும் ஏதேதோ காரணம் இருக்கும் கடைசி நிமிஷம் வரைக்கும் இருக்கக்கூடாதுன்னு நெனைக்கறதுக்கு. அதனால அதுக்கு ஒரு ஏற்பாடா அரசாங்கம் எல்லா வீட்டுக்கும் இதக் குடுக்கச் சொல்லியிருக்காங்க".

"என்ன சார், இது? பாக்கெட் பாக்கெட்டா குடுக்குறீங்க, குடும்பம், மாடு, கோழின்னு எழுதி?"

"ஒவ்வொண்ணும் மாத்திரை, மா. குடும்பம்ன்னு இருக்கறது ஒங்களுக்கு. மாடு, கோழின்னு இருக்கறது அதுஅதுக்கு. இதையெல்லாம் இருந்து பாக்கவேண்டாம்ன்னு நெனச்சா ராத்திரி தூங்கறதுக்கு முன்னாடி ரெண்டு மாத்திரையை சாப்பிட்டுத் தூங்குங்க. காலைல எந்திரிக்க மாட்டீங்க".

"என்ன சார், இது? அநியாயமா இருக்கு? நாமளா சாகறதுக்கு அரசாங்கமே மாத்திரை தருதா?"

"வேற என்னம்மா செய்ய முடியும்? ஒரு எடத்துல கஷ்டம்னா இன்னொரு எடத்துக்குப் போகலாம். ஒலகமே இல்லைன்னா எங்க போறது? ஏதோ இந்த மட்டும் செவ்வாய் கிரகத்துக்கு இந்த மட்டும் மனுஷங்களாவது போய்ச் சேந்தாங்க, மனுஷ குலம்ன்னு ஒண்ணு இருந்துச்சுன்னு பேர் சொல்றதுக்கு".

"சார், ஆனாலும் இது சரியாப் படலை, சார்".

"எந்தக் கட்டாயமும் இல்லைம்மா, இதை உபயோகப்படுத்தணும்னு. தேவையில்லைன்னாத் தூக்கிக் குப்பையில போட்டுட்டுப் போங்க. அது ஒங்க இஷ்டம். குடுக்கவேண்டியது என் கடமை, குடுத்துட்டேன்".

"..."

"எல்லா வீட்டுக்கும் குடுத்தாச்சுன்னுக் காட்டறதுக்குத் தான் ஆதார் கார்டு நம்பர். வேற எதுக்கும் இல்ல".

"..."

"உங்க அத்தை, மாமாகிட்ட கலந்து பேசி ஒரு முடிவு எடுங்க. நான் வரேன்".

"..."

D-1

"மாமா, அம்மாவும் அப்பாவும் நேரா வயலுக்கு வந்துடறோம்னு சொன்னாங்க".

"இங்க வந்துட்டா எல்லாரும் சேந்தேப் போயிடலாம்ல, காவேரி?"

"அதுவும் சரிதான், அத்தை. நான் சொல்லிடறேன் அவங்ககிட்ட".

"அப்போ மாத்திரை வேண்டாம்ல, மாமா?"

"அது இன்னும் எதுக்கு, காவேரி? இத்தனை நாள் அதத் தொடல. இப்பப் போய் அது எதுக்கும்மா? உசுரு குடுத்தது அந்தச் சூரியன். அவன் பாத்து உசிர எடுக்கணும்னு நெனச்சா எடுக்கட்டும். அவன் பாத்துக் குடுத்தது, எடுக்கறதுக்கு அவனுக்கு எல்லா உரிமையும் இருக்கு".

"பொறந்ததுல இருந்து நமக்குத் தெரிஞ்சது இந்த மண்ணையும் வயலையும் தவிர வேற என்னங்க இருக்கு? அம்மா மடில கெடந்தத விட இந்த மண்ணு மடில தானங்க உருண்டு பெரண்டிருக்கோம்? போற உசுரு அந்தத் தாயி மடியிலேயேப் போவட்டும்".

"..."

"..."

"..."

"..."

"டிவில முதலமைச்சர் கடைசியாப் பேசறதா சொன்னாங்க. எத்தனை மணிக்கு, காவேரி?"

"இப்ப தான், மாமா. ஆன் பண்றேன் இருங்க".

"..."

"..."

"..."

"..."

"வணக்கம். நாளை நடைபெறும் என்று கணிக்கப்பட்டுள்ள சம்பவத்தை முன்னிட்டு முதலமைச்சர் இன்று நேரடி உரையாற்றுகிறார். அவருடைய உரையே இந்தச் சேனலின் கடைசி ஒளிபரப்பாக இருக்கும் என்பதை மீண்டும் ஒரு முறை உறுதிப்படுத்துகிறோம். இத்தனை வருடங்களாக உங்களோடு இணைந்தும் உங்களுக்காகவும் இந்தப் பயணம் மேற்கொண்டதில் பெருமையும் மகிழ்ச்சியும் அடைகிறோம். எங்களை உங்கள் இல்லங்களில் அனுமதித்து இதயங்களில் ஏற்றி வைத்தமைக்கு நன்றி கூறி விடைபெறுகிறோம். நன்றி! வணக்கம்!"

"..."

"..."

"..."

"உலகெங்கும் இருக்கும் என் தமிழ் மக்களுக்கு, வணக்கம்! நான்காண்டுகளுக்கு முன் உங்கள் முதலமைச்சராகப் பதவியேற்ற போது கற்பனையிலும் கூட நினைக்கவில்லை இப்படி ஒரு நாள் வருமென்று! விஞ்ஞானமும் அறிவியலும் எவ்வளவோ மனித அறிவினால் வளர்ந்த போதும், இயற்கையின், வான்வெளியின், அண்டசராசரத்தின் ஆடல்களுக்கு முன் அவையெல்லாம் தோற்றுவிடுகின்றன. எத்தனையோ போர்களையும் இடர்களையும் இன்னல்களையும் படையெடுப்புகளையும் இயற்கை பேரழிவுகளையும் சந்தித்த போதும் தளர்வில்லாமல் வளர்ந்தோங்கிய நம் தமிழ் மொழியும் தமிழர் கலாச்சாரமும் நாளைய பொழுதிலிருந்து சிறு துகள் கூட எஞ்சியில்லாமல் போய்விடுமென்ற நினைவை எந்தத் தமிழராலும் ஏற்றுக்கொள்ள முடியாதுதான். 'மனித குலத்தின் ஆற்றலும் சக்தியும் எல்லையில்லாதவை' என்பதை வெற்றுக் கூற்றாக இல்லாமல் அதை நிரூபிக்கும் வகையில் இப்பூவுலகின் எல்லைகள் தாண்டி இன்று செவ்வாய் கிரகத்தில் காலூன்றி விட்டான் மனிதன். அவனுடனே சென்றுள்ளது நம் தமிழும் தமிழர் வாழ்வியலும். நூற்றாண்டுகள், ஆயிரமாயிரமாண்டுகள் பழமையும் பெருமையும் வாய்ந்தது நம் தமிழ் என்று மார்தட்டிய காலம் போய் ஒளிஆண்டுகள் கடந்து தமிழர் கொடி பறக்கும் காலம் ஆரம்பமாகின்றது. அந்த நம்பிக்கையும் அந்த நினைவும் நம் அனைவரின் இறுதித் தருணங்களை சற்றே சாந்தியடையச் செய்யட்டும். இருப்பதற்கு நாம் இல்லையெனினும் இருப்பதற்குத் தமிழ் இருக்கும்.

"அரிதரிது மானிடர் ஆதல் அரிது
மானிடர் ஆயினும் கூன்குருடு செவிடு
பேடு நீங்கிப் பிறத்தல் அரிது
பேடு நீங்கிப் பிறந்த காலையும்
ஞானமும் கல்வியும் நயத்தல் அரிது "

என்று இத்தனை அரியவைகளையும் விட அரிதினும் அரிதாய் தமிழராய் பிறந்து வாழ்ந்தது நம் பாக்கியம். இத்தனை வருடங்கள் உங்களுக்குச் சேவை செய்ய எனக்கு அளித்த வாய்ப்புக்கு என் உளமார்ந்த நன்றியை உங்கள் அனைவருக்கும் சமர்ப்பிக்கிறேன்.

நம் இறுதித் தருணங்கள் அச்சங்கள் அகற்றி அன்பால் நிரம்பட்டும்!
மனிதகுலம் பிழைக்கட்டும்!
மனிதம் தழைக்கட்டும்!
வாழ்க தமிழ்!
வணக்கம்!"

Stck.me Page

www.வேர்கள்-இலைகள்-தழைகள்.stck.me

9798889754893
FCW - #0234 - 061026 - C0 - 203/127/6 - PB - 9798889754893 - Matt Lamination